ஒருபாலுறவு – சில விவாதங்கள்

ஒருபாலுறவு
சில விவாதங்கள்

ஜெயமோகன்

விஷ்ணுபுரம் பதிப்பகம்

ஒருபாலுறவு - சில விவாதங்கள்
கட்டுரைகள் - ஜெயமோகன்
முதல் பதிப்பு: ஜூன், 2022

Orupaaluravu - Sila Vivaathangal
Essays by Jeyamohan ©
First Edition: June 2022
No of Pages: 76
ISBN: 978-93-92379-15-4

Vishnupuram Publications
No. 28/1, Nehru Nagar, Kasthurinaicken Palayam,
Vadavalli, Coimbatore – 641041, Tamilnadu, India.
Website: www.vishnupurampublications.com
Email: info@vishnupurampublications.com

Printer: Mani Offset, Chennai - 600077

Author`s Website: www.jeyamohan.in
Author`s Email: jeyamohan.writer@gmail.com

Wrapper Designed by Srinivasa Gopalan

All rights reserved. No part of the publication may be reproduced, stored in a retrievel system, or transmitted, in any form or by any means, electronic, mechanical, photocopying, recording or otherwise, without the prior permission of the publishers.

சமர்ப்பணம்
அனிருத்தன் வாசுதேவனுக்கு
அன்புடன்

ஆசிரியர் குறிப்பு

நவீனத் தமிழ் இலக்கியத்தில் முதன்மை ஆளுமையாக கருதப்படும் ஜெயமோகன் தமிழில் நாவல்கள், சிறுகதைகள், நாடகம், இலக்கிய விமர்சனம், இலக்கிய வரலாறு, வாழ்க்கை வரலாறு, பயணக்கட்டுரைகள், சிறுவர் இலக்கியம், பண்பாடு, மரபு, மதம், தத்துவம், ஆன்மீகம் என பல தளங்களில் எழுதிவருகிறார். இலக்கியம், தத்துவம், மதம், மரபு என பல தலைப்புகளில் பேருரைகளையும், சிற்றுரைகளையும் நிகழ்த்திவருகிறார். மலையாளத்தில் கட்டுரைகள் எழுதி வருகிறார். இவரது படைப்புகள் மலையாளத்திலும் ஆங்கிலத்தும் மொழியாக்கம் செய்யப்பட்டுள்ளது. தமிழ் மற்றும் மலையாளத் திரைத்துறையில் வசனம் மற்றும் திரைக்கதை உருவாக்கத்தில் பணியாற்றுகிறார்.

பள்ளி நாள்களிலேயே எழுத ஆரம்பித்த இவரது முதல் கதை ரத்னபாலா என்ற சிறுவர் இதழில் வெளிவந்தது. 1990இல் இவரது முதல் நாவலான 'ரப்பர்' வெளிவந்தபோது 'அமரர் அகிலன் விருது' பெற்றது. 1997இல் வெளிவந்த 'விஷ்ணுபுரம்' நாவல் நவீனத் தமிழ் இலக்கியத்தில் முக்கியமான படைப்பு. நவீனத்துவ பாணி நாவல்கள் வெளிவந்துகொண்டிருந்த காலகட்டத்தில் மீபுனைவுத் தன்மை கொண்டதும், இந்தியக் காவியமரபின் அழகியலை ஒட்டி எழுதப்பட்டதும், தத்துவ விவாதத்தன்மை கொண்டதுமான 'விஷ்ணுபுரம்' தொடர் விவாதங்களை உருவாக்கி ஒரு புதிய வாசகர் வட்டத்தை உருவாக்கியது.

இவரது வாசகர்களால் உருவாக்கப்பட்ட 'விஷ்ணுபுரம் இலக்கிய வட்டம்' வாசிப்பு, விவாதம் பற்றிய பயிற்சிப் பட்டறைகளை நடத்திவருவதோடு, 2010 முதல் ஆண்டு தோறும் நவீன தமிழிலக்கியத்திற்கு செழுமை சேர்த்த முன்னோடி படைப்பாளுமைகளுக்கு 'விஷ்ணுபுரம் இலக்கிய விருது'-ம்; குமரகுருபரனின் மறைவுக்குப் பிறகு (2016) ஆண்டுதோறும் 'குமரகுருபரன் – விஷ்ணுபுரம்' என்ற பெயரில் இளம் கவிஞர்களுக்கான விருதும் வழங்கிவருகிறது.

2014 முதல் தொடர்ந்து ஏழு வருடங்களாக இவர் எழுதிய மகாபாரதத்தின் மறுஆக்கமான 'வெண்முரசு' தொடர் நாவல் வரிசை நவீன உலக இலக்கியத்தின் மிகப்பெரிய நாவலாகக் கருதப்படுகிறது. தமிழ் இலக்கியம், மொழி, கலாச்சாரம், வரலாறு சார்ந்த இணையத் தகவல் கலைக்களஞ்சியமான 'தமிழ் விக்கி' என்ற இவரது முன்னெடுப்பு தமிழ் இலக்கியத்திற்கு முக்கியமான பங்களிப்பு.

முன்னுரை

இந்த நூல் இயல்பாக என் இணையதளத்தில் உருவாகி வந்த விவாதங்களில் இருந்து திரட்டப்பட்டது. ஒருபாலுறவினரான விஜய் என்னும் நண்பர் எழுதிய கடிதத்தில் இருந்து இந்த உரையாடல் தொடங்கியது. நான் நண்பர்களின் நம்பிக்கைக் குரியவன் என்பதனால் இத்தகைய தனிப்பட்ட கடிதங்கள் நிறையவே வருவதுண்டு.

இக்கடிதங்கள் தமிழ்ச்சூழலிலேயே ஒருபாலுறவு ஈர்ப்பு கொண்டவர்கள் பலர் இருப்பதும், இங்குள்ள சமூகநோக்கு அவர்களை ஒரு தலைமறைவுச் சமூகமாக ஆக்கியிருப்பதும் தெரிந்தது. இந்த விவாதங்களில் பல தளங்களில் இருந்து குரல்கள் எழுந்து வந்தன. அவற்றை தொகுத்திருக்கிறோம்.

என்னுடைய பார்வை எப்போதுமே தெளிவானது. நான் பாலியல், ஒழுக்கவியல் கொண்டு மனிதர்களை அளவிடு வதில்லை. சமூகப்பங்களிப்பைக் கொண்டே அளவிடுகிறேன். ஒருவர் தன் வாழ்க்கையை அர்த்தப்படுத்திக்கொள்வது அப்பங்களிப்பின் வழியாகவே. அதை இயற்றுவதற்குரிய வாழ்க்கையை அவர் அமைத்துக்கொண்டார் என்றால் அதுவே உகந்த வாழ்க்கை.

இந்நூல் தன்பாலுறவினருக்கு மட்டுமல்ல அவர்களை அறிய விழைபவர்களுக்கும் உகந்ததாக இருக்குமென நினைக்கிறேன். தமிழின் தலைசிறந்த மொழிபெயர்ப்பாளர்களில் ஒருவரான அனிருத்தன் வாசுதேவன் தன்னை தன்பாலுறவினராக பொதுவெளியில் அறிவிப்பவர். அவருக்கு இந்நூல் சமர்ப்பணம்.

ஜெ

பொருளடக்கம்

பகுதி – I

1. ஓரினச்சேர்க்கை — 13
2. ஓரினச்சேர்க்கையும் இந்தியப்பண்பாடும் — 26
3. படைப்பு முகமும் பாலியல் முகமும் — 29
4. ஆஸ்திரேலியா – ஒரே பாலினத்திருமண சட்டம் – 2017 — 41
5. ஒருபாலுறவின் உலகம் — 44
6. ஒருபாலுறவு – தீர்ப்பு — 46
7. உகவர் வாழ்க்கை — 48

பகுதி – II

8. ஓரினச்சேர்க்கை – அனிருத்தன் வாசுதேவன் — 57
9. உகவர், ராமச்சந்திர சிரஸ் — 59
10. உகவர் வாழ்க்கை – உளவியலாளர் கடிதம் — 62
11. படைப்புமுகமும் பாலியல்முகமும் – கடிதங்கள் — 68
12. பாலியல் முகம் – கடிதம் — 74

பகுதி - 1

ஓரினச்சேர்க்கை

அன்புள்ள ஜெ,

நான் ஓர் ஓரினச் சேர்க்கையாளன். இந்த அஞ்சலை நிறையத் தடவை எழுதி அழித்திருக்கிறேன். இந்த முறை அனுப்பி விட வேண்டும் என்ற உத்தேசத்தில் ஆரம்பிக்கின்றேன்.

எவ்வளவோ முன்னேற்றங்கள் அடைந்தாலும் இன்னும் இந்தியா ஓரினசேர்க்கை என்ற கருத்தில் பின் தங்கியுள்ளதாகவே நினைக்கின்றேன். இந்தியாவில் ஓரினச் சேர்க்கையாளர்கள் (ஒரு சதவிகிதம்?) முகமூடி அணிந்து கொண்டே வாழ்கின்றார்கள், அல்லது அப்படித்தான் வாழ வேண்டியுள்ளது. நான் ஒன்றும் விதிவிலக்கல்ல. இந்தக் கடிதத்தை ஏன் எழுதுகின்றேன் என்று இன்னும் புலப்படவில்லை. ஒருவேளை என் மனதின் பாரம் குறைந்தாலும் குறையலாம் (இதன் நிகழ்தகவு குறைவு தான் என்றாலும்).

இப்பொழுது நான் ஓர் ஓரின சேர்க்கையாளன் என்று அறிவித்துவிட்டேன் என்று வைத்துக் கொள்ளுங்கள். என்ன நேரும்?

i. என் நண்பர்களை இழக்க வேண்டி இருக்கும்.

ii. பெற்றோருக்கு புரிய வைப்பதே பெரும் பாடாக இருக்கும். நிறையக் கண்ணீர் காண நேரிடும். நீங்களே சொல்லுங்கள், எப்படி ஐம்பது வயதை தாண்டிய நபருக்கு, பெற்றோருக்கு, இதை புரிய வைப்பது!

iii. கல்லூரியில், அலுவலகத்தில் எல்லோரும் 'ஒரு மாதிரி'

காண்பார்கள். விலகிவிடுவார்கள். மதிய உணவையும், இரவு உணவையும் தனியே வெறித்துச் சாப்பிட வேண்டி இருக்கும்.

iv. உறவினர் பக்கம் தலை வைத்து படுக்க முடியாது.

v. அல்லது இது மனநோய், உடற்நோய், என்று சரியாக புரிந்து கொள்ளாத நண்பர்களிடமிருந்தோ, பெற்றோரிடமிருந்தோ 'சிகிச்சைகள்' பெற வேண்டி இருக்கும்.

இவ்வளவு இடர்பாடுகளைச் சந்திக்க வேண்டியிருப்பதால் எப்படி ஒருவன் பகிரங்கமாக வெளிப்படுத்த முடியும். கண்டிப்பாக இன்னும் குறைந்தது பத்து வருடம் ஆகும், ஒருவன் தமிழ்நாட்டில் தான் ஓர் ஓரினன் என்று அறிவிப்பதற்கு. ஓரினச் சேர்க்கையாளர்களுக்கு மிகவும் இடர்க்கையான ஒன்று, வாழ்க்கையில் திருமண வயதை எட்டுவது தான். பெற்றோர் உறவினர் எல்லோரும் தொடர்ந்து திருமணத்தை வற்புறுத்திக் கொண்டே இருப்பார்கள். மிகவும் சிக்கலான தீர்மானம் எடுக்க வேண்டிய சமயம்.

i. திருமணம் செய்து கொண்டு சகித்துக் கொண்டு வாழ்தல்,

ii. திருமணம் செய்யாமல் தனியே, தன்னந்தனியே என்றிருத்தல்,

iii. திருமணம் செய்யாமல், தனக்குப் பிடித்த நபரோடு வாழ்தல்.

இதில் மூன்றாவதாக இருப்பது சற்றுக் கடினம் தான். முதலாவது மனதளவில் மிகக்கடினம். விஷத்தை தொண்டையில் வைத்துக் கொண்டு நீலகண்டனைப் போல் வாழ்வது. இரண்டாவது, முதலில் சற்று பயமாக, கடினமாக இருந்தாலும், போகப் போகப் பழகி விடும் (என்று நினைக்கின்றேன். ஆனால் இந்த முடிவில் என்ன நெருடல் என்றால், மற்றவரை, பெற்றோரை நண்பர்களை, வருத்தப்பட அல்லது இழக்கவும் நேரலாம்.

இந்த சூழ்நிலைக்கான காரணம்,

சரியாக புரிந்து கொள்ளாமலிருத்தல், மனநோய் என்று மருத்துவரிடம் காட்டல்.

திருமணம் என்ற அமைப்பு தமிழ் நாட்டில் இன்றியமையாது இருத்தல்.

'குடும்ப மரம்' வளர வேண்டுதல்.

ஓரினன் என்றால் 'தப்பானவன்' என்று முத்திரை குத்தல். ("ஓரின சேர்க்கையாளன் என்மனார் தவறெனக் கருதே" என்று தொல்காப்பியன் சொல்லி விட்டானா என்று தெரியவில்லை)

ஓரினச்சேர்க்கையில் என்ன தவறு என்று இது வரை எனக்குப் புலப்படவில்லை. தங்களுக்குப் புலப்பட்டால் பகிரவும்.

நன்றி
விஜய்

*

அன்புள்ள ஜெயமோகன் அவர்களுக்கு,

நான் அனுப்பிய சென்ற அஞ்சலைப் படித்தீர்களா என்று தெரிய வில்லை. நான் மிகவும் தன்னலமாக ஆதங்கப் பட்டிருப்பதாகத் தோன்றுகிறது. I lost the big picture.

இந்தியாவில், தமிழகத்தில் ஓரின சேர்க்கைக்கு இன்றைய நிலைமை என்ன? ஒரு பெட்டிக்குள் அடைந்து வாழ வேண்டிய வாழ்க்கை. உண்மையை மறைத்து வாழ வேண்டிய வாழ்க்கை. பொய்யான வாழ்க்கை. Living and crying inside a cupboard.

எல்லாரிடமும் ஒரு தப்பான அபிப்ராயம் இருப்பதாகவே கருதுகிறேன். இப்போது கூட section 377 அமுல் பட்ட போது என்ன நேர்ந்தது? எவ்வளவு சர்ச்சை. இதை ஏதோ கலவிக்காக மட்டும் தான் என்று பார்க்கிறார்கள். காதலாகக் கண்டு கொள்வதே இல்லை. அனுமதித்தால் ஏதோ சாலையெல்லாம் முத்தம் கொடுத்து அசிங்கப்படுத்தி விடுவார்கள் என்பதுபோல் பேசுவதை நீங்கள் எப்படி பார்க்கிறீர்கள்?

தங்களின் கருத்து என்ன?

நன்றி
விஜய்

*

அன்புள்ள விஜய்,

1996ல் நித்ய சைதன்ய யதியைப் பார்க்க வந்த ஒருவர் அவரது பேச்சுக்கு முன் கேள்வி வேளையில் கிட்டத்தட்ட இந்த கேள்விகளைக் கேட்டதை நினைவுறுகிறேன். அவரது பதிலை ஒட்டியே நான் இப்போது யோசிக்கிறேன். அன்று அவர் கேட்ட முதன்மையான கேள்வியே 'ஓரினச்சேர்க்கை'யை இந்துமதம் குற்றமாக கருதுகிறதா, விலக்குகிறதா என்றுதான்.

நித்யா அதற்குச் சொன்னார். இந்து மரபைப் பொறுத்தவரை ஒழுக்கம் என்பது புனிதமானது அல்ல. இறைவனால் உருவாக்கப் பட்டதும் அல்ல. அது கால இடத்துக்குக் கட்டுப்பட்டது. ஆகவே மாறக்கூடியது. அது ஒரு சமூக நெறி மட்டுமே. அது அறம் அல்ல, ஒரு காலஇடத்தில் அறத்தை நடைமுறைப்படுத்துவதற்காக உருவாக்கப்படும் ஒரு சில விதிகள் மட்டுமே.

ஆகவே, ஒழுக்கத்தைப்பற்றிப் பேசும் நூல்கள் ஸ்மிருதி எனப்பட்டன. அவை நிரந்தரமானவை அல்ல. அழியாத தரிசனங்களையும் தத்துவங்களையும் பற்றி பேசும் நூல்களே ஸ்ருதிகள். ஸ்மிருதிகள் காலம்தோறும் மாறிக்கொண்டி ருக்கின்றன. நாம் இப்போது அம்பேத்கார் ஸ்மிருதியை ஏற்றுக் கொண்டிருக்கிறோம்.

ஆக இதை அறப்பிரச்சினையாக எண்ணுவதற்கு எந்த அடிப்படையும் இல்லை. அதாவது இதை தப்பா சரியா என்று எப்போதைக்குமாக வகுத்துக்கொள்ளும் விவாதத்துக்கே இந்திய சூழலில் இடமில்லை. இங்கே இது மதத்தின் பிரச்சினை அல்ல.

அப்படியானால் இது ஒழுக்கப்பிரச்சினை மட்டுமே. அதாவது இன்றைய காலகட்டத்தில், இன்றைய சூழலில் நடைமுறைத்தளத்தில் வைத்து மட்டுமே இதைப்பற்றி நாம் பேசவேண்டும். அதற்கான வரலாற்றுப் பின்னணியுடன் விவாதிக்கவேண்டும்.

ஒழுக்கநெறிகள் இரு அடிப்படைகளில் உருவாக்கப் படுகின்றன.

சமூகத்தின் ஒட்டுமொத்தக் கட்டுமானத்தையும் சமூக

நிறுவனங்களையும் நிலைநிறுத்துவது. தனிநபர் உறவுகளை சீர்ப்படுத்தி மேலான சகவாழ்க்கையை நிலைநிறுத்துவது.

இந்நோக்கில் சிறிதும் பெரிதுமான ஏராளமான ஒழுக்க நெறிகளுக்கு நாம் கட்டுப்பட்டுள்ளோம். ஒரு இடத்தில் வரிசையைப் பேணுவது முதல் முன்பின் தெரியாதவரை முகமலர்ச்சியுடன் எதிர்கொள்வது வரை ஒழுக்கநெறிகளே. ஒழுக்க நெறிகள் பொதுவாக மனிதனின் இயல்பான குணங்களான காமம், வன்முறை, சுயநலம், பேராசை முதலியவற்றை கட்டுப்படுத்தக்கூடியவையாக இருக்கும்.

ஆனால் பாலியல் ஒழுக்கநெறிகளைப் பற்றியே நாம் அதிகமும் பேசுகிறோம். அவற்றை பாலியல் கட்டுப்பாடுகளாக மட்டுமே காணக்கூடிய ஒரு போக்கை பத்தொன்பதாம் நூற்றாண்டில் ஐரோப்பா உருவாக்கி நமக்கு அளித்தது. நவீன சமூக உயிரியல், பரிணாம உயிரியலின் கொள்கைகளின்படி அந்த கோட்பாடுகள் தூக்கி வீசபட்டு விட்டபின்னரும் சிந்தனையில் அவை நீடிக்கின்றன.

பாலியல் ஒழுக்கநெறிகள் நம்முடைய ஆதாரமான உயிர்விசையை கட்டுப்படுத்துகின்றன. கட்டற்று செல்லும் பாலியல் விசையையே இயற்கை நமக்கு அளித்துள்ளது. எல்லா உயிர்களிலும் பாலுறவு என்பது தீவிரமான போட்டி வழியாக தகுதியானவை மட்டும் இனப்பெருக்கம் நிகழ்த்துவதாகவே உள்ளது. அதற்கான வன்முறை அங்கே நிகழ்ந்துகொண்டே உள்ளது. மனித இனம் பாலுறவு மீதான ஒழுக்கக்கட்டுப்பாடுகள் வழியாக பாலுறவில் இருக்கும் வன்முறைப்போட்டியை மெல்லமெல்ல இல்லாமலாக்கி கொண்டது.

அத்துடன் நிரந்தரமான குடும்பம் என்ற அமைப்பை மனித இனம் உருவாக்கிக் கொண்டது. இது குழந்தைகளின் இளமைப் பருவத்தை நீட்டித்தது. அதன் விளைவாக கல்விப்பருவம் நீட்டிக்கப்பட்டது. பண்புக்கூறுகள், சிந்தனைகள் முதலியவை தொகுக்கப்பட்டு அடுத்த தலைமுறைக்கு கையளிக்கப்பட இது வழியமைத்தது.

ஒழுக்கநெறிகள் மனிதனை வெற்றிகரமாக சமூகங்களாக

தொகுத்தன. அதன் மூலமே மனிதகுலத்தின் பெரும் பண்பாட்டுப் பாய்ச்சல்கள் சாத்தியமாயின. மானுட இனத்தின் பரிணாம வரலாற்றில் ஒழுக்கம் என்பது அது கண்டுபிடித்த ஒரு முக்கியமான ஒரு கருவி. அதன் வளர்ச்சிக்கும் வெற்றிக்கும் ஒழுக்கம் பெருமளவுக்கு பங்களிப்பாற்றி இருக்கிறது.

அகவே ஒழுக்க நெறிகளை எதிர்மறையானவையாக பார்க்காமல் பயனுள்ளவையாக, தவிர்க்கமுடியாதவையாக பார்க்கலாம் என்றுதான் நான் நினைக்கிறேன்.

ஆனால் ஒழுக்க நெறிகள் ஒவ்வொரு காலகட்டத்திற்கும் ஒவ்வொன்றாக உள்ளன. அவை உருவாவதற்கான சமூகப் பின்னணியும் வாழ்க்கைச்சூழலும் பல்வேறுபட்டவை. அவை சமூகத்தில் ஆழமான நம்பிக்கைகளாக வேரூன்றச் செய்யப்படுகின்றன. அந்த சமூகப்பின்னணியும் சூழலும் மாறிய பின்னரும் அவை அவ்வளவு எளிதாக மாறுவதில்லை. இதுவே ஒழுக்கம் சார்ந்த விஷயங்களில் உள்ள மிகப்பெரிய பிரச்சினை.

ஒரு நல்ல சமூகத்தில் ஒழுக்கம் சார்ந்த நம்பிக்கைகளை மாற்றுவதற்காக அந்தச் சமூகத்தின் தீவிரமான ஒரு பகுதியினர் எப்போதும் முயன்றபடியே இருப்பார்கள் என நான் நினைக்கிறேன். ஏனென்றால் எப்போதுமே எச்சமூகத்திலும் அதன் ஒழுக்கப்பிரக்ஞையில் ஒரு பகுதி காலாவதியான விஷயங்களால் ஆனதாகவே இருக்கும்.

நிலப்பிரபுத்துவ காலகட்டத்தில் பழங்குடி மனநிலை கொஞ்சம் நீடிக்கும். முதலாளித்துவ காலகட்டத்தில் நிலப்பிரபுத்துவ மனநிலை நீடிக்கும். அது இயல்பு. அந்த பழைய அம்சங்களை களையவும் புதிய சூழலுக்கேற்ப புதிய ஒழுக்கங்களை உருவாக்கவும் ஒரு சாரார் போராடத்தான் வேண்டும். இந்த பின்புலத்தில் உங்கள் கேள்விக்கு வருகிறேன்.

நம்முடைய சமூகம் இன்று நடைமுறையில் முதலாளித்துவத்திற்கும், நிலப்பிரபுத்துவத்திற்கும் நடுவே உள்ளது. நம்முடைய மனமோ பெரும்பாலும் நிலப்பிரபுத்துவ ஒழுக்கங்களால் ஆனதாக உள்ளது.

நிலப்பிரபுத்துவம், முதலாளித்துவம் இரண்டுக்கும் நடுவே அடிப்படையான ஒரு வேறுபாடு உள்ளது. நிலப்பிரபுத்துவம் மனிதர்களை அவர்களின் பொதுத்தன்மைகளின் அடிப்படையில் தொகுக்க முயன்றது. பொதுவான அளவுகோல்களே அனைவருக்கும் போடப்பட்டன. பொதுமைப்படுத்துவதன் மூலம் உருவாகும் ஒழுக்கவிதிகளும் நடைமுறைகளுமே அனைவருக்கும் அளிக்கப்பட்டன. மனிதனை அது சமூகத்தின் ஒரு அலகு மட்டுமாக பார்க்கிறது. தனித்தன்மைகள், தனிவிருப்புகள் பொருட்படுத்தப்படுவதில்லை.

ஊரோடு ஒத்துவாழ் என்ற சொல்லே அதன் நெறிகளின் அடிப்படை. நிலப்பிரபுத்துவத்தின் எல்லா நெறிகளுமே மிகப் பொதுவாக வகுக்கப்பட்டிருப்பதைக் காணலாம். ஒரு ஆண் இப்படி இருக்கவேண்டும், ஒரு பெண் இப்படி இருக்க வேண்டும், தந்தை இப்படி இருக்கவேண்டும், ஆசிரியர் இப்படி இருக்கவேண்டும் என அது முற்றாக வகுத்துரைக்கிறது. அதில் அடங்காத தனித்தன்மைகளை எல்லாம் அது மீறல்களாகவே பார்க்கிறது. அங்கே தனிமனிதன் இல்லை, சமூகப்பாத்திரங்களே உள்ளன.

இன்று தமிழகத்தில் வீட்டுமனை விற்பனையாளர்களிடம் கேட்டால் ஒன்றைச் சொல்வார்கள். கிராமங்களுக்குள் உள்ள நிலங்களுக்கு விலை இல்லை. கிராமத்துக்கு வெளியே பொட்டல்களில் உருவாக்கப்படும் மனைகளுக்கே மதிப்பு. ஏன்? கிராமங்களுக்குள் வாழ்ந்தோமென்றால் கிராமக் கட்டுப்பாடுகளுக்கு அடங்கிச்செல்லவேண்டியிருக்கும். அங்கே தனிமனித ரசனைக்கும், சுதந்திரத்துக்கும் இடமே இல்லை. அதாவது அங்கே நிலப்பிரபுத்துவம் உள்ளது. வெளியே உள்ள 'நகர்'களில் முதலாளித்துவம் உருவாக்கிக் கொள்ளப்படுகிறது.

முதலாளித்துவம் அந்த பொதுமைப்படுத்தலுக்குள் உள்ள தனிக்கூறுகளை கணக்கில் கொள்கிறது. அதில் தனிமனிதன் இருக்கிறான். அவனுடைய தனித்தன்மை அங்கீகரிக்கப் பட்டிருக்கிறது. அந்தத் தனித்தன்மைக்குரிய சுதந்திரத்தை அவன் பொதுவான சமூக அமைப்புக்கு ஊறு விளைவிக்காமல் அடையலாம் என்று அது அனுமதிக்கிறது.

இந்த எண்ணங்களும், இந்த உரிமைகளும் தமிழ்நாட்டைப் பொறுத்தவரை வெறும் ஐம்பது வருடங்களில் அடையப் பெற்றவை என்பதை நாம் இப்போது உணர்வதில்லை. புதுமைப்பித்தன் முதல் ஜெயகாந்தன் வரையிலான எழுத்தாளர்கள் அவர்களின் எழுத்துக்களில் இந்த உரிமை களுக்காக வேகத்துடன் பேசியிருக்கிறார்கள். கல்யாணி என்ற புதுமைப்பித்தன் கதையை இன்று வாசித்தால் அந்த சிக்கலே ஆச்சரியமூட்டும். ஒரு சுதந்திர வாழ்க்கையை ஏன் கல்யாணி உதறுகிறாள்? அவள் ஒரு தனி ஆளுமை, அவளுக்கென ஒரு மனமும் வாழ்க்கையும் இருக்கலாமென அவளுக்கே தெரியாது. சமூகம் பற்றித்தான் அவளுக்கு கவலை.

ஜெயகாந்தனின் முழுப் போராட்டமும் தனிமனித ஆளுமைக்காகவே என்றால் அது மிகையல்ல. 'அந்தரங்கம் புனிதமானது' 'சமூகம் என்பது நாலுபேர்' போன்ற அவரது தலைப்புகள் வழியாக சென்றாலே போதும், ஒரு சித்திரம் கிடைத்துவிடும்.

முதலில் சமூகத்தில் உள்ள அத்தனை பேருக்கும் அவர்களின் தனித்தன்மையை அவர்களே உணரச்செய்வதாக, அவர்களை தனிமனிதர்களாக அறியச்செய்வதாக இச்சிந்தனைகள் செயல்பட்டன. அதன் பின்னரே அச்சமூகத்தின் சற்றே வித்தியாசமான உறுப்பினர்களின் உரிமைகள் பற்றிய பிரக்ஞை உருவாகியது.

நம் சமூகத்தில் ஐம்பதுகள் வரைக்கும்கூட பெண்களுக்கு சம உரிமை உண்டு என்பதை வலியுறுத்திப் பேசிக்கொண்டி ருந்தோம். மாற்றுத்திறனாளிகளுக்கான உரிமைகளைப் பற்றிய பிரக்ஞை வந்து இருபது வருடங்கள் கூட ஆகவில்லை. திருநங்கைகளுக்கான உரிமைகள் பற்றிய பேச்சுக்கள் உருவாகி பத்து வருடங்கள்கூட ஆகவில்லை.

இன்னமும்கூட இந்த உரிமைப் பிரக்ஞைகள் நம் கிராமங்களுக்குச் சென்று சேரவில்லை. ஊடகங்கள் மூலம், தொடர்ச்சியான பண்பாட்டுச் செயல்பாடுகள் மூலம் மெல்ல மெல்லத்தான் அது சென்று சேரும். சமூகமாற்றங்கள் எப்போதும்

பல படிகளாக மெதுவாகவே நிகழமுடியும். ஏனென்றால் அவை பல லட்சம் மனிதர்களின் சிந்தனைகள், உணர்ச்சிகள், பழக்க வழக்கங்களுடன் தொடர்புள்ளவை.

இந்த உரிமைக்குரல்களை சம்பந்தப்பட்டவர்கள் எழுப்புவதற்கு நெடுநாட்களுக்கு முன்னரே இலக்கியத்தில் அவை அழுத்தமாக பதிவாகியிருப்பதை காணலாம். உதாரணமாக தமிழிலக்கியத்தில் திருநங்கைகளின் உணர்ச்சிகளை உண்மையின் தீவிரத்துடன் பதிவுசெய்து அதை ஒரு மானுடப் பிரச்சினையாக காணச்செய்தவர் கி.ராஜநாராயணன். [கோமதி]

இந்த வகையில்தான் ஓரினப்புனர்ச்சியாளர்களின் உரிமைகளைப் பற்றிய பிரக்ஞையும் வருகிறது. அவர்கள் சமூகத்தில் தனித்தன்மை கொண்ட பிரிவினர். அவர்களின் உரிமைகள் காக்கப்படவேண்டும் என்ற கருத்து உருவாகி பண்பாட்டுத் தளங்களில் வலுப்பெற்று மக்கள் மனத்தில் நிலை பெற்று, சமூக மாற்றமாக ஆக கொஞ்ச காலம் பிடிக்கும். இங்கே இன்னும் அது ஆரம்பிக்கப்படவே இல்லை.

இங்கே அதற்குச் சாதகமாக உள்ள அம்சம் என்னவென்றால் சாராம்சத்தில் இந்து மதம் அதற்கு எதிரானது அல்ல என்பதே. அதன் பல்வேறு பிரிவினர் தனிப்பட்ட எதிர்ப்புகளை தெரிவிக்கலாம். ஆனால் அந்த எதிர்ப்புகளை வெல்வதற்கான எல்லா ஆதாரங்களையும் இந்துமதமே அளிக்கிறது. நிறுவன மதத்தின் எதிர்ப்பு இவ்விஷயத்தில் நிகழாது. திருநங்கைகளின் விஷயத்தில் இன்று உலகிலுள்ள பல நாடுகளில் நிறுவன மதங்கள் அளிக்கும் எதிர்ப்பை பார்க்கையில் இந்தியாவில் அந்த மாற்றம் சுமுகமாக நிகழ்வதை எவரும் காணமுடியும்.

ஒருபால்புணர்ச்சியாளர்களைப்பற்றிய உங்கள் வருத்தங்களைப்பற்றி என் கருத்தைச் சொல்கிறேன்...

பழங்குடிச்சமூகங்களிலும் அவற்றில் இருந்து நிலப்பிரபுத்துவச் சமூகங்களிலும் வேரூன்றிய ஒரு கருத்துநிலை ஆண்மை என்பது. வீரம் என்பதுடன் அது நேரடியாக தொடர்புபடுத்தப்பட்டுள்ளது. நம் பண்டைய இலக்கியங்களில் ஆண்மை என்ற சொல் எப்படியெல்லாம் கையாளப்பட்டுள்ளது என்பதைக்

கண்டால் அது விளங்கும். அச்சொல்லுக்கு, கௌரவம், நிமிர்வு என பல அர்த்தங்கள்.

போராலேயே நிறுவப்பட்டு வளர்ந்த அச்சமூகங்கள் உடல்சார்ந்த, வன்முறைசார்ந்த வீரத்தை மைய விழுமியமாக போற்றியதில் ஆச்சரியமில்லை. அப்படி ஒரு விழுமியம் இருந்தால்தான் வீரர்கள் உருவாவார்கள். சமூகத்துக்காக போர்முனைகளில் சாவார்கள். இன்றும் நம் மொழியிலும் ஆழ்மனதிலும் அவ்விழுமியம் இருக்கத்தான் செய்கிறது. இன்று வீரர்கள் விளையாடுகிறார்கள், சினிமாவில் நடிக்கிறார்கள்.

ஆண்மைக்கு எதிரானவை, ஒவ்வாதவை என்பதனாலேயே ஓரினச்சேர்க்கை, மூன்றாம் பாலினம் போன்றவற்றின் மேல் சமூகம் இழிவான நோக்கை உருவாக்கிக் கொண்டது. போர்ச்சமூகங்களில் அந்த துருவப்படுத்தல் இன்னும் தீவிரமாக இருக்கும். பேடி, பொண்ணன் போன்ற சொற்கள் வசைச்சொற்களாகவே சமூக மனதில் ஊறின.

அந்த வெறுப்பையும் நிராகரிப்பையும் தப்புசரி என்று பார்ப்பதை விட நேற்றைய போர்ச்சமூகத்திற்கு தேவை என்பதனால் அது உருவாக்கிக்கொண்ட ஒரு விழுமியம் என்று பார்ப்பதே சரியானது. அன்று உருவாக்கிக்கொண்ட எத்தனையோ கருவிகள் இன்று அருங்காட்சியகத்தில் உள்ளன. கருத்துக்களும் அப்படித்தான். அவை அப்படிப்பட்ட கருத்துக்கள்.

மூன்றாம்பாலினத்தை பொறுத்தவரை அது சம்பந்தப் பட்டவரின் பிழை அல்ல என்ற எண்ணம் சமூகத்தில் உள்ளது. ஒருபால்புணர்ச்சிக்கு அந்தச் சலுகை இல்லை. அது அந்தத் தனிநபரின் கோணலான ரசனை என்ற எண்ணம் இருந்தது, இருக்கிறது. அது இயற்கைக்கு மாறானது என்று நம்பப்படுகிறது.

ஒருபால் புணர்ச்சிக்கான உந்துதல் என்பது இயற்கையானது, எல்லா உயிர்களிலும் காணப்படுவது என்று அறிவியல் பூர்வமாக நிறுவப்பட்டு முப்பது வருடங்கள்கூட ஆகவில்லை. ஐரோப்பாவில் அதற்கு சட்டபூர்வ அனுமதி அளிக்கப்பட்ட போதுகூட அது தனிமனித உரிமை என்றுதான் பார்க்கப்பட்டதே ஒழிய அதுவும் ஒருவகையில் இயற்கையானது என்பதனால்

அல்ல. எழுபதுகளில்தான் பல்வேறு விலங்கியல், சமூகஉயிரியல் ஆய்வுகள்மூலம் அதுவும் இயற்கையானதே என நிறுவப்பட்டது.

எண்பதுகளின் இறுதியில்தான் இதுசார்ந்த சில பேச்சுக்கள் இந்தியச்சூழலில் உருவாயின. எண்பத்தெட்டில் ஒரினப்புணர்ச்சி சட்டபூர்வமான, தனிமனித உரிமையாக ஆக்கப்படவேண்டும் என்று கோரி மனித உரிமைக்கழகத்துக்கு அளிக்கப்பட்ட ஒரு மாபெரும் மனுவில் நானும் கையெழுத்திட்டிருந்தேன். இந்த விஷயம் சார்ந்து பொது ஊடகங்களில் இன்னும் விரிவான விவாதங்கள் ஆரம்பிக்கப்படவில்லை.

பல்வேறு மதங்களின் கலவையாக உள்ள இந்தியா இந்த விஷயத்தில் சட்டபூர்வமாக ஒரு நிலைப்பாடு எடுக்கக் கொஞ்சம் தாமதிக்கும் என்றே நினைக்கிறேன். இஸ்லாமிய சமூகம் மன்னிக்க முடியாத குற்றமாகக் கருதும் ஒன்றை இந்திய அரசு எளிதில் சட்டமாக ஆக்கிவிடமுடியாது. ஆனாலும் அது நிகழும் என்பதில் ஐயமில்லை.

ஒரினப்புணர்ச்சியாளர்களின் சட்டபூர்வமான உரிமைகள் பேணப்படுவதும் அவர்கள் சமூகத்தின் இயல்பான உறுப்பினர் களாக ஆவதும் படிப்படியாக சாத்தியமாகக்கூடிய ஒன்றே. சிறிதுகாலம் ஆகலாம், ஆனால் அது நிகழ்ந்தே தீரும். சுருக்கமாகச் சொன்னால் சமூகப்பொதுவான அங்கீகாரத்துக்காக சட்டபூர்வமான முடிவு தாமதமாகிறது. இது தாமதமே ஒழிய மறுப்பு அல்ல.

*

கடைசியாக உங்கள் தனிப்பட்ட பிரச்சினை பற்றி..

ஒரு அற்பமான விஷயத்தைச் சொல்கிறேனே. நான் இப்போது முழுநேர எழுத்தாளன். நாள் முழுக்க வீட்டில் இருக்கிறேன். என் மனைவி வேலைக்குச் செல்கிறாள். இது என் சூழலில் உருவாக்கும் குழப்பத்தையும் சங்கடத்தையும் கிண்டலையும் சொன்னால் நீங்களே ஆச்சரியப்படுவீர்கள்.

நான் வீட்டில் எரிவாயு வாங்கி வைக்கிறேன். பால் வாங்கி வைக்கிறேன். வீட்டை கூட்டுகிறேன். துணி துவைக்கிறேன்.

என் மகளுக்கு ஏதாவது சமைக்கிறேன். இவை பெண்களுக்குரிய செயல்கள். ஆகவே என்னை ஆணுக்கு உகக்காத ஒன்றைச் செய்பவனாக நினைக்கிறார்கள். கிண்டலுக்கும் கேலிக்கும் உரிய ஒன்றாக நினைக்கிறார்கள்.

தெருவில் துணி இஸ்திரி போடுபவர், நாளிதழ் போடுபவர் முதல் பக்கத்து வீட்டுக்காரர் வரை கிண்டலாக ஏதேனும் சொல்கிறார்கள். நான் என் மனைவியைவிட ஐந்து மடங்கு சம்பாதிப்பவன் என்று தெரிந்தவர்களுக்கும்கூட இது சங்கடமாக இருக்கிறது. இன்றும்கூட துணி துவைக்கும், வீட்டில் இருக்கும் கணவனைப் பற்றிய நகைச்சுவைத் துணுக்குகள் ஆனந்த விகடனில் வந்துகொண்டுதான் உள்ளன.

என் மனைவிக்கே சங்கடம். நான் ஒருமாதமாக வீட்டில் இருந்தால் எங்காவது கிளம்பிப்போ, வேலைக்கு போயிருக்கிறார் என்று பக்கத்துவீட்டில் சொல்கிறேன் என்கிறாள்.

இந்த விஷயத்திலேயே இப்படி என்றால் உங்கள் விஷயத்தில் எவ்வளவு பிரச்சினைகள் இருக்கும். அப்பிரச்சினைகளை நீங்கள் எதிர்கொள்ள இரு வழிகள் உள்ளன. ஒன்று அதை வெளிப்படையாக வைப்பது. அந்த உரிமைகளுக்காக போராடுவது. உங்கள் வாழ்க்கையை உங்களைப் போன்றவர்களின் உரிமைக்கான போராட்டமாக ஆக்கிக்கொள்வது. அப்படி ஆக்கிக் கொள்பவர்களே சமூகத்தை முன்னெடுக்கிறார்கள்.

ஆனால் அந்த வாழ்க்கையில் தியாகம் மட்டுமே உண்டு. அபாரமான மனபலம் இல்லாமல் அதைத் தேர்ந்தெடுக்க முடியாது. இழப்புகளுக்காகத் தயாராக இல்லாமல் அவ்வழி செல்லமுடியாது.

எஞ்சும் ஒரேவழி இந்தச்சூழல் உங்களுக்காக மாறும் வரை உங்கள் தனி வாழ்க்கையை ரகசியமாக வைத்திருப்பதே. எப்போதும் நம் சமூகத்தில் உங்களைப் போன்றவர்கள் அப்படித்தான் இருந்திருக்கிறார்கள். வேறு வழியே இல்லை.

நம் சமூகத்தில் ஏதேனும் வகையில் தனித்தன்மை உள்ள மனிதர்கள் தங்களைப் போன்றவர்களுடன் இணைந்து ஒரு

உபசமூகமாக ஆகித் தங்களுக்குள் வாழ ஆரம்பிக்கிறார்கள். அதையே உங்களுக்கும் சொல்வேன். அதை ஒரு இழிநிலையாக, தண்டனையாக அல்லாமல் ஒரு வாய்ப்பாக, தவிர்க்கமுடியாத ஒரு வழியாக நினைத்தால் போதுமானது.

***

ஓரினச்சேர்க்கையும் இந்தியப்பண்பாடும்

ஜெ,

ஓரின சேர்க்கை பற்றி உங்களுடைய ஒரு பழைய இடுகையை பார்த்தேன். எனக்கு உள்ள சந்தேகம் என்னவென்றால், இப்போது இந்திய சூழலில், இதற்காக குரல் கொடுப்பவர்களில் பலர் அமெரிக்க மேற்கத்திய கலாச்சாரத்தின், தூதுவர்களாகவே இருக்கிறார்கள். உதாரணம் பார்க்க. [பிங்க்பேஜஸ்]

இவர்களுக்கு இந்திய பண்பாடு பற்றிய ஈடுபாடு இருக்குமா என்பது எனக்கு சந்தேகமாக இருக்கிறது. இதனாலேயே, இதன் மூலம் நன்மை பிறக்கும் பட்சத்தில், அது நம் வேர்களை பிடுங்கி, மேற்கத்திய கலாச்சாரத்தை நிறுவுவதன் மூலமே நடக்கும் அல்லவா?

என்னுடைய தனிப்பட்ட கருத்து: முதலில் இந்த ஓரினச் சேர்க்கையாளன் என்பதே, ஒரு வட்டத்துக்குள் மனிதனை குறுக்க நினைப்பது. காமத்தை பொறுத்த வரை, மனிதனின் தேவைகள், மிக மிக குழப்பமானது. அது நபருக்கு நபர் மட்டு மல்லாமல், ஒரே நபருக்கே நேரத்துக்கு நேரம், சூழலுக்கு சூழல் மாறுபடுகிறது. நான் சரியாக விளக்கி இருக்கிறேனா என்று தெரியவில்லை. குழப்பியிருந்தால் தெரியபடுத்தவும்.

நன்றி

சிவா

*

அன்புள்ள சிவா,

ஒரு அடிபப்டையான பிரச்சினையை அது இந்தியப் பண்பாட்டுக்கு சாதகமா பாதகமா என்ற அடிப்படையில் அணுகுவதில் எனக்கு உடன்பாடில்லை. அந்த பிரச்சினைக்கான தீர்வென்ன என்ற அடிப்படையில் மட்டுமே அணுகவேண்டும்.

இந்தியப்பண்பாடு என்பது சில சமகால ஒழுக்கவிதிகளில் உள்ளது என்பது ஒரு வகையான பாமர நம்பிக்கை. இந்து மதமும் சரி இந்தியப்பண்பாடும் சரி ஒழுக்கத்தை, நெறிகளை முதன்மையாக்குவன அல்ல.

இந்துமரபு ஒழுக்க நெறிகளை ஸ்மிருதிகள் என அவை வகுக்கின்றது. காலந்தோறும் மாறக்கூடியவை அவை. மாறாதவை சுருதிகள். மெய்ஞானத்தை விளக்கும் நூல்கள். அந்த மெய்ஞானத்தின் அடிப்படையிலேயே இந்துப்பண்பாடு அமைந்துள்ளது.

இந்தியாவின் மரபான பண்பாடென்பது இந்து பௌத்த சமணப்பண்பாடுதான். அவை ஒருபோதும் மானுட சமத்துவத் துக்கும் மானுட இன்பத்துக்கும் எதிரான மெய்யியல் கொண்டவை அல்ல. அவற்றின் ஒழுக்கநெறிகள் எப்போதும் மறுபரிசீலனைக்குரியவைதான்.

இந்துப்பண்பாடு ஓரினச்சேர்க்கை போன்றவற்றை பரிவுடன் மட்டுமே அணுகியிருக்கிறது என்பதற்கு நூற்றுக்கணக்கான நூலாதாரங்களைக் காட்டமுடியும் [மாறாக ஓரினச்சேர்க்கையை பெரும் கீழ்மையாக கருதி சபரிமலை அய்யப்பன் ஓரினச் சேர்க்கையில் பிறந்தவர் என கேலிசெய்து திரிந்தவர்கள் இங்குள்ள நாத்திகப் பிரச்சாரகள்தான்].

நம்மைப் பொறுத்தவரை மானுட சமத்துவம் சார்ந்த, மனித உரிமை சார்ந்த பெரும்பாலான சிந்தனைகள் ஐரோப்பிய தாராளவாத சிந்தனை மரபில் இருந்தே வந்துள்ளன. நேற்று பெண் கல்விக்காக பேசியவர்கள் ஐரோப்பாவால் தூண்டுதல் பெற்றவர்களே. இன்று ஓரினச்சேர்க்கைக்காக பேசுபவர்கள் அப்படி இருப்பதில் என்ன தவறு?

அவர்கள் இந்தியப்பண்பாட்டை பொருட்படுத்தவில்லை

என்றால் இந்தியப்பண்பாட்டில் இருந்து ஓரினச்சேர்க்கை யாளர்களுக்கான உரிமைகளுக்காக வாதங்களை கண்டுபிடித்து குரல் எழுப்பலாமே.

***

படைப்பு முகமும் பாலியல் முகமும்

அன்புள்ள ஜெயமோகனுக்கு,

முதலில் வாசித்த தங்களின் படைப்பு. அதன் பின்பு, சமூக ஊடகங்களில் தங்களைப் பற்றி தொடர்ந்து நிகழ்ந்து வரும் பரப்புரைகளைக் கவனித்தேன். தாம் ஒரு 'இந்துத்துவ பயங்கரவாதி', 'ஆர் எஸ் எஸ் கைக்கூலி' என்ற பிம்பத்தையே அப்பதிவுகள் என்னுள் உருவாக்கின. 'ஒருத்தனுக்கு நெறைய எதிர்ப்பு இருக்குன்னா, ஒன்னு அவன் ரொம்ப நல்லவனா இருக்கணும், இல்லாட்டி ரொம்ப அயோக்கியனா இருக்கணும்'னு என் பள்ளிக்கூட வாத்தியார் சொல்லியிருக்கிறார். தங்களின் வலைதளப் பதிவுகளைப் படிக்கத் துவங்கிய பின், அவை சமூக ஊடகத்தால் என்னுள் உருவான பிம்பத்தை ஒண்ணுமில்லாமல் செய்தன.

அன்று தொடங்கி இன்று வரை, காலையில் கண் விழித்ததும் தங்களின் வலைப்பதிவுகள்தான் எனக்குப் பூபாளம். தங்களின் வலைப்பதிவுகளைத் தொடர்ந்து, 'அறம்', 'விஷ்ணுபுரம்' அகியவற்றை வாசித்தேன். 'காடு' வாசிக்க வாங்கி வைத்திருக்கிறேன். 'அறம்' புத்தகத்திலுள்ள ஒவ்வொரு கதையை வாசித்த பின்னரும், உள்ளம் பூரித்து, தங்களுக்குக் கடிதம் எழுத நினைத்ததுண்டு. ஏனோ எழுதவில்லை.

நீங்கள் அடிக்கடி குறிப்பிடுவது போல், நானும் வழிதவறி இலக்கியம் படிக்கத் தொடங்கியவன் தான். நான் என்றோ தற்கொலை செய்து மடிந்திருக்க வேண்டியவன். உலகில் அதிக முறை தற்கொலை முயற்சி செய்தவர்களை பட்டியல் போட்டால்,

முதல் நூறு நபர்களில் எனக்கும் இடமுண்டு என்று நம்புகிறேன். பாருங்கள், ஒழுங்காக தற்கொலை செய்துகொள்ளக்கூட முடியாத கோழைதான் நான். ஆனால், இப்போதெல்லாம் தற்கொலை குறித்த எண்ணம் தோன்றுவதில்லை. காரணம் இலக்கியம். இலக்கியம் எனக்கு வாழ்வதற்கான நம்பிக்கையைக் கொடுக்க வில்லை; வாழவேண்டும் என்ற ஆசையைக் கொடுத்தது.

எங்கள் ஊர் அரசுப்பள்ளியில் நிறைய புத்தகங்களுண்டு, ஆனால் நூலகம் இல்லை. புத்தகங்கள் பிள்ளைகளின் கைகளை அடைந்து கிழிபடக்கூடாது என்ற நல்லெண்ணத்தில், பெரிய பெரிய மரப்பெட்டிகளில், பாச்சைகளுக்கும் கரையான்களுக்கும் இரையாக்கி வைத்திருந்தது பள்ளி நிர்வாகம். எட்டாம் வகுப்பு படித்துக்கொண்டிருந்த சமயம், புதிதாக வந்திருந்த பள்ளித் தலைமையாசிரியர், பெட்டியில் கிடந்த புத்தகங்களுக்கு விடுதலை அளித்து, எல்லா வகுப்பறையிலும் ஒரு கயிற்றைக் கட்டி, புத்தகங்களை அதில் தொங்கவிடச்செய்து, வகுப்பறை நூலகம் என்ற ஒன்றை உருவாக்கினார். அப்படித்தான் நான் முதன் முதலில் சுஜாதாவின் எழுத்துகளுக்கு என் வகுப்பாசிரியர் மூலம் பரிட்சயப்படுத்தப்பட்டேன். அந்த வயதில் இலக்கியம் குறித்த சுரணையெல்லாம் கிடையாது. ஏதோ நல்லாயிருந்தது படித்தேன்.

வாசிப்பு நன்றாகத்தான் போய்க்கொண்டிருந்தது. புத்தகங்களிருந்தால் அதற்கு எதிரிகள் உண்டல்லவா? பள்ளி வேலைநேரம் முடிந்ததும் ஒருநாள், சில அதிமேதாவிகள், ஒரு வகுப்பறையிலிருந்த புத்தகங்களுக்கு எப்படியோ தீ வைத்து விட்டனர். இதற்கு முன்பாகவே அந்த தலைமையாசிரியரும் மாற்றலாகி வேறு பள்ளிக்குச் சென்றுவிட்டார். இதுதான் சமயம் என்று எதிர்பார்த்துக் கொண்டிருந்தது போல் மீண்டும் அப்புத்தகங்கள் சிறைவைக்கப்பட்டன.

அத்துடன் நானும் பத்தாம் வகுப்பு வந்தேன். பொதுத் தேர்வில் நல்ல மதிப்பெண் பெற்றால்தான் வாழ்க்கை என்று சொன்னார்கள். பத்து பதினொன்று பனிரெண்டு, மூன்று ஆண்டுகள் வகுப்பறை சிறைவாசம். தலை நிமிர்த்திச் சொல்லு மளவுக்குக் கொஞ்சம் நல்ல மார்க் வாங்கி அருகிலிருந்த

நகரிலேயே ஒரு நல்ல கல்லூரியில் படிக்க சீட்டும் கிடைத்தது. பன்னிரெண்டாம் வகுப்புவரை தமிழ்வழிக்கல்வி. கல்லூரியில் காணுமிடமெங்கும் ஆங்கில மயம். ஆங்கிலம் தெரியாத குற்றவுணர்வு, குறையுணர்வு. ஆங்கிலம் கற்கவேண்டும் என்ற வைராக்கியத்தோடு ஆங்கிலப்புத்தகங்களை, ஆங்கிலத்தில் கிடைத்த இலக்கியப்புத்தகங்களை, குறிப்பாக அகாதா கிறிஸ்டி நாவல்களை, நகரின் ரயில் நிலையத்திற்கு வெளியே மலிவு விலை புத்தகக் கடைகளில் வாங்கிப்படித்தேன். இல்லை டிக்ஸ்னரி உதவியுடன் கற்றேன். கிட்டதட்ட ஒரு வருடத்தில் ஆங்கிலம் கொஞ்சம் கைவசமானது.

பின்னர், அந்நகரில் இருந்த ஓர் அமைப்பில் சேர்ந்து ஆங்கிலம் கற்றேன். என் ஆங்கிலப் புலமை மெருகேறியது. பள்ளிப்படிப்பை நான் தமிழ் வழியில்தான் படித்தேன் என்று இப்போது சொன்னால் யாரும் நம்பமாட்டார்கள். இவ்வாறு ஆங்கில புத்தகங்களைப் படித்ததில் ஆங்கிலப் புலமையோடு சேர்ந்தே கொஞ்சம் இலக்கிய ரசனையும் கிடைத்தது. அகாதா கிறிஸ்டியைக் கடந்து, *Tolstoy, Dostoevsky, George Orwell, Pablo Neruda, Alfred Camus, Franz Kafka, R K Narayan, Arundhati Roy* ஆகியோரின் படைப்புகளைப் படித்தேன். பிற மொழியில் எழுதும் (எழுதிய) இந்திய எழுத்தாளர்களான தாகூர், மாகாஸ்வேதா தேவி, எம்.டி, தகழி, இஸ்மத் சுக்தாய், மான்டோ, அனந்தமூர்த்தி ஆகியோரின் எழுத்துகளும் எனக்கு ஆங்கில மொழிபெயர்ப்பின் மூலமே அறிமுகம்.

இப்படி, ஆங்கிலத்தின் வழியாகத்தான் எனக்கு இலக்கிய ரசனையே வந்தது. அதன் பின்பு தான், தமிழில் தீவிர இலக்கியங்கள் என்று சொல்லத்தக்க படைப்புகளைப் படிக்கத் தொடங்கினேன். முதலில் வாசிக்கத்தொடங்கிய தமிழ் இலக்கியப் படைப்புகள் கி.ராவினுடையவை. பின்னர் மௌனி, லா.ச.ரா, தி.ஜா, அசோகமித்திரன். தற்போது தங்களுடைய படைப்புகளை படிக்கத் தொடங்கியுள்ளேன். இலக்கியம் தவிர்த்து அதிகம் வாசித்தவை அரசியல் சம்பந்தமான புத்தகங்கள், வரலாறு, தத்துவம், பொருளாதாரம், வாழ்க்கை வரலாறு, தன்வரலாறு போன்றவை.

ரசனை, தேடல் என்பதெல்லாம் ஒருபுறமிருந்தாலும், நான் புத்தகம் வாசிக்க முழுமுதற் காரணம் 'தனிமை'. சமூகத்தால் தள்ளிவைக்கப்பட்டாலும் தனிமைதான், சமூகத்துடன் ஒட்ட விரும்பாவிட்டாலும் தனிமைதான், சமூகத்துக்கு ஒவ்வாதவனாகத் தோன்றினாலும் தனிமைதான்.

என் பெயர் எஸ். வயது 21. கீழ்நடுத்தரக் குடும்பப் பின்புலம். இப்போது இன்னொரு பெருநகரில் பட்ட மேற்படிப்பு படித்துக் கொண்டிருக்கிறேன் (அதானால் தான் தங்களின் சமீபத்திய இலக்கிய நிகழ்வுகளான விஷ்ணுபுரம் விழா, புதிய வாசகர் சந்திப்பு எதிலும் பங்கேற்க முடியவில்லை). வெளியில் சொல்ல முடியாத, சொல்ல விரும்பாத, என் பெற்றோர் உற்றார் உறவினர் நண்பர் என எவருக்கும் தெரியாத 'பிரச்சினை' ஒன்று எனக்குண்டு.

இளம்வயதில், அதாவது பதின்மவயதில், ஓடிப்பிடித்து விளையாடும்போது சகதோழர்களின் உடல் என்மீது பட்டால் ஒரு இனம்புரியாத உணர்வு மனதில் எழும். கூச்சம் உண்டாகும். எனக்கு இளையவர்கள் உண்டு. எங்கள் இருவருக்கும் ஒரே படுக்கைதான். அவன் கைகால் என்மீது பட்டால் கூட கூச்சமாக இருந்தது. டிவியில் படம் பார்க்கும்போதுகூட அரைகுறை ஆடையில் வரும் ஆண்களைப் பார்க்கக் குறுகுறுப்பாக இருந்தது. உற்ற நண்பர்களுடன் பகிர்ந்துகொள்ளக்கூட கூச்ச சுபாவம் அனுமதிக்கவில்லை. தணலிலிட்ட புழுவாய்த் தவித்தேன். உள்நோக்கி ஒடுங்கினேன். சதாசர்வ நேரமும் குழப்பம் உயிரைப் பிய்த்துத் தின்றது. விளையாடச் செல்லவில்லை. எதிலும் பிடிப்பில்லை. இந்த குழப்பத்தை எப்படி அடையாளப்படுத்தி கொள்வது என்றுகூடத் தெரியவில்லை. போதாக் குறைக்கு என் நடவடிக்கைகளைப் பார்த்து என் அக்கம் பக்கத்தினர் எனக்கு பல பட்டங்களைக் கொடுத்தனர் – 'பேடி' 'ஒம்போது' போன்றவை அவற்றுள் சில. சொல்ல முடியாத மன அழுத்தம்.

என் உடலில் கொஞ்சம் உப்பு அதிகம். உள்ளங்கையும் உள்ளங்காலும் எப்போதும் வியர்த்துக்கொட்டும். பரீட்சை எழுதிய பேப்பர் கூட, தண்ணீரில் தோய்த்தெடுத்து உலர்த்தியது போலிருக்கும். உப்பு உடம்பு என்பதாலோ என்னவோ, என் வயதொத்த தோழர்களைவிட சீக்கிரமாகவே என் உடலின்

அங்கங்களிலும் அந்தரங்க உறுப்புகளிலும் ரோமம் அரும்ப ஆரம்பித்தது. டி.வி யில் பார்த்தால் எந்த கதாநாயகன் மாரிலும் முடியில்லை. என் வயதொத்த நபர் எவரைச் சந்திக்க நேர்ந்தாலும், அவரின் கண்ணைப் பார்த்து பேசாமல், முகத்தில் மீசை இருக்கிறதா, மார்பில் முடி முளைத்திருக்கிறதா என்றுதான் கவனித்தேன். ஒரு கட்டத்திற்கெல்லாம் பித்து பிடித்தவனைப் போலானேன். குழப்பத்தில், வீட்டில் அப்பா உபயோகிக்கும் சவரக்கத்தியைக் கொண்டு, கை கால் முகம் மற்றும் பிறப்புறுப்பு களில் அரும்பிய முடிகளை சிரைக்கத்தெரியாமல் சிரைத்து காயம் பண்ணிக்கொண்டேன். இறுதியில் முடி வளரும் பகுதிகளில் மஞ்சள் பூசிக்கூடக் குளித்துப்பார்த்தேன். ஒரு மாற்றமுமில்லை. சலித்து விட்டுவிட்டேன்.

எங்கள் ஊருக்குப் பக்கத்தில் ஒரு தனியார் கல்லூரி உண்டு. கல்லூரிக்குப் புறத்தே ஒரு சிறிய 'கரடு' உண்டு. ஒருநாள், அக்கல்லூரி மாணவன் ஒருவன், கரட்டில் கொல்லப்பட்டு இறந்து கிடந்தான். அடுத்த நாள் பேப்பரில், இரண்டு மாணவர்கள் கரட்டிற்கு மது அருந்தச் சென்றதாகவும், கொல்லப்பட்ட மாணவன் உடன் சென்ற மாணவனுடன் 'ஒருபால் சேர்க்கை'யில் ஈடுபடத் துணிந்ததாகவும், உடன் சென்றவன் ஆத்திரத்தில் தள்ளிவிட இவன் தலையில் அடிபட்டு இறந்ததாகவும், செய்தி வந்தது. இந்த 'ஒருபால் சேர்க்கை' என்ற சொல் என்னை என்னவோ செய்தது. அதுவறை அப்படியொரு வார்த்தையை நான் கேள்விப்பட்டதில்லை. யாரிடம் இதைப்பற்றி கேட்பேன். அப்போதெல்லாம் எனக்கு இன்டர்னெட், கம்ப்யூட்டர் குறித்தெல்லாம் ஒன்றும் தெரியாது. அதற்கெல்லாம் வசதியுமில்லை.

ஒருவழியாக, எப்படியோ நகரில் படிக்க இடம் கிடைத்தது. நல்ல கல்லூரி என்பதைவிட, ஊரைவிட்டு 200 கிலோமீட்டர் தள்ளியிருக்கப்போகிறோம் என்ற நினைப்புதான் ஆசுவாசம் தந்தது. புதிய இடம், புதிய தோழர்கள். இந்த நூற்றாண்டில்கூட, ஒருவன் கல்லூரிக்குச் சென்றுதான் இன்டர்னெட் உபயோகிக்க, கம்ப்யூட்டர் இயக்கக் கற்றுக்கொண்டான் என்றால் நம்ப சிரமமாக இருக்குமோ என்னவோ. ஆனால், கல்லூரிக்குச்

சென்றுதான் நான் கற்றுக்கொண்டேன். *Gay, LGBT* போன்ற சொற்களை இன்டர்னெட் மூலம்தான் தெரிந்துகொண்டேன். இவற்றைப்பற்றி இணையத்தில் தேடித்தேடி படித்ததில், என்னுடைய குழப்பங்கள் அனைத்தையும் ஒரே சொல்லில் அடக்கி அர்த்தப்படுத்திக்கொள்ள முடிந்தது. குழப்பங்களுக்கு ஒரு அடையாளம் கிடைத்தது. என்னைப்போல் இன்னும் பலர் உள்ளனர் என்று தெரிந்தது.

ஆனால் இந்த அடையாளம் எனக்கு அமைதியைத் தரவில்லை. சொல்லப்போனால் அவமானமாகத்தான் உணர்ந்தேன்; சுயவெறுப்பு. ஓரினச்சேர்க்கை, ஒருபால்சேர்க்கை, சுயபோகி– போன்ற சொற்களில் எனக்குத் துளியும் உடன்பாடில்லை. 'ஊனமுற்றோர்' என்ற வார்த்தைக்கும் 'மாற்றுத்திறனாளி' என்ற வார்த்தைக்கும் எவ்வளவு இடைவெளியுண்டு. 'திருநங்கை' என்ற வார்த்தைக்கும் 'ஒம்போது' என்ற வார்த்தைக்கும் எவ்வளவு இடைவெளியுண்டு...

நகரில் படிப்பு முடித்த கையோடு இப்போதிருக்கும் பெருநகரில் பட்டமேற்படிப்புக்கு சீட் கிடைத்தது; கொஞ்சம் கூட யோசிக்காமல் கிளம்பி வந்துவிட்டேன். நான் நிம்மதியாக இருந்த (இருக்கின்ற) நாட்களென்றால் அவை இங்கே இருந்த (இருக்கின்ற) நாட்கள்தான். இந்நகருக்கு வந்த ஆறு மாதத்தில் தெலுங்கு சரளமாகப் பேசக் கற்றுக்கொண்டேன். இதற்கு மூன்று காரணங்களுண்டு – 1. வந்த புதிதில் நான் மட்டுமே இங்கு தமிழ், 2. இங்கு என்னுடைய நண்பர்களில் பெரும்பாலானோர் தெலுங்கு, 3. அரவிந்தருக்கு ஒரு டஜன் பாஷைகள் தெரியும் என்று வா.ரா பாரதியின் வாழ்க்கை வரலாற்றில் குறிப்பிட்டிருக்கிறார், முன்னாள் பிரதமர் நரசிம்ம ராவுக்கு பத்து மொழிகளில் புலமை உண்டென்று அவரின் வாழ்க்கை வரலாறான *'Half Lion'* புத்தகத்தில் படித்திருக்கிறேன்.

தற்கால வங்க-சினிமாவின் சிறந்த டைரக்டர்களான *Rituparno Ghosh, Goutam Ghose, Aparna Sen, Kaushik Ganguly* ஆகியோரின் திரைப்படங்களைப் பார்க்கத்தொடங்கினேன். நான் பார்த்த முதல் இரண்டு 'வங்க'ப்படங்கள் ரொம்பவே சுவாரஸ்ய மானவை. முதல் படம் 'ஆஷா ஜவோர் மாஜே' *(Labour of Love).*

ஆதித்யா விக்ரம் சென்குப்தா இயக்கி 2014ல் வெளியான அவரின் முதல் திரைப்படம் (இவரின் அடுத்த படங்கள் எதுவும் இதுவரை வெளியிடப்படவில்லை). இதில் சுவாரஸ்யம் என்னவென்றால் – படத்தில் வசனமேயில்லை. இரண்டாவதாக பார்த்த படம் – ரிதுபர்னா கோஷ் இயக்கத்தில் வெளியான 'The Last Lear' திரைப்படம். இப்படத்தில் ஒரேயொரு இடத்தில் மட்டுமே பெங்காளியில் வசனம் வரும், படம் முழுக்கவே ஆங்கிலம். பெங்காளி கற்கவேண்டும் என்று வங்கப்படங்களைப் பார்க்கத் தொடங்கிய என் நிலையைப் பாருங்கள்.

ஆனால் 'The Last Lear' படம் என்னை ரொம்பவே கவர்ந்தது. இப்படத்தின் டைரக்டர் குறித்த விவரங்களை அறிய இன்டர்னெட்டில் தேடியபோதுதான் – 2013ல் மாரடைப்பில் இறந்த ரித்துபர்ன கோஷ், வெளிப்படையாக தான் ஒரு gay என்று அறிவித்துக்கொண்டார், மரணம் வரை LGBT சமூகத்தின் பேராளுமையாகத் திகழ்ந்தார் என்று தெரிந்தது. இந்தத் தகவல்கள் தந்த உந்துதலில் இவரின் பிற படங்களையும் பார்த்தேன். 'Memories in March', 'Chitrangada', 'Arekti Premer Golpo' ஆகிய இவரின் படங்கள் 'கே' கதாபாத்திரங்களை மையமாகக் கொண்ட சிறந்த கலைப்படைப்புகள். இவரின் படைப்புகளில் அசட்டுத்தனம், முதிரா-முற்போக்கு, பிரச்சாரம் போன்ற குப்பைகள் எதுவுமே கிடையாது; முழுமையான அசல் கலை-படைப்புகள். இவரின் படைப்புகள் 12 தேசிய விருது மற்றும் பல சர்வதேச விருதுகளையும் பெற்றுள்ளன.

இவரைப்போல வாழ ஒரு அசாத்தியமான தைரியம் வேண்டும். தன்னுடைய அடையாளத்தை வெளிப்படையாக வெளியில் சொல்லியிருக்கிறார். மக்களும் ஏற்றுக்கொண்டுள்ளனர். என்னுடைய இந்த அடையாளம் குறித்து என் பெற்றோரோ, உற்றார் உறவினரோ, நண்பரோ எவரும் அறிந்திலர். தெரிந்தால் எப்படி ஏற்றுக்கொள்வர் என்றும் தெரியவில்லை. சமயங்களில் என்னுடைய இந்த அடையாளத்தை என்னாலேயே ஏற்றுக் கொள்ள முடியாதபோது பிறர் ஏற்றுக்கொள்ளவேண்டும் என்று நான் நினைப்பது அபத்தமாகத்தான் படுகிறது. கண்ணுக்குமுன் நிற்கும் எதிரிகளைக்கூட எதிர்கொள்ளலாம், ஆனால் மனதினுள்

சதா சர்வநேரமும் போரிடுவது? இதுவரை எப்படியோ காலம் தள்ளிவிட்டேன், அல்லது காலம் என்னைத் தள்ளிக்கொண்டு வந்துவிட்டது. இதற்குமேல்? எல்லாம் சூன்யமாகத்தான் தெரிகிறது.

நண்பர் ஒருவர் ஒருமுறை சொன்னார் – 'மனுசன் எதுக்கு கோயிலுக்கு போறான்னு தெரியுமா? நம்ம கொறைய கேட்ட வுடனே சாமி நிவர்த்தி பண்ணிடும், கொற தீந்துடுங்கறதுக்காக இல்ல. நம்மளோட அவஸ்தைகள காது குடுத்து கேக்க ஒருத்தன் இருக்கான்ற நம்பிக்கையிலதான், சொன்னதுக்கப்புறம் கெடக்கிற திருப்திலதான்'. என்னுடைய அவஸ்தைகளை யாரிடம் சொல்ல? எனக்கு தெய்வ நம்பிக்கை இல்லை. நான் நாத்திகனும் அல்லன். தங்களை தெய்வத்தின் ஸ்தானத்தில் வைத்து என்னுடைய அவஸ்தைகளைச் சொல்கிறேன் ஜெமோ. அருந்ததி ராய் ஒரு பேட்டியில் 'பாலினம் என்பது ஒரு பெரிய ஒளிக்கற்றை போன்றது. அதில் ஆண் பால், பெண் பால் என்பவை இருவேறு புள்ளிகள். வெறும் இரு புள்ளிகள் ஒரு ஒளிக்கற்றையை உருவாக்குவதில்லை' என்றார். எவ்வளவு ஆழமான வாதம்.

என் வலிகளை முழுமையாக இல்லாவிட்டாலும், முடிந்த வரை இழைத்து எழுதிவிட்டேன். என் அவஸ்தைகளை பால் எல்லைகளுக்கு அப்பாற்பட்டு எழுதும் தங்களைப்போன்ற எழுத்தாளர்களால், இலக்கியவாதிகளால் புரிந்துகொள்ள முடியும் என்று நம்புகிறேன். காலை 10 மணிக்கு எழுதத் தொடங்கினேன். இப்போது மணி மாலை 7. காலையிலிருந்து இன்னும் ஒரு பருக்கை கூட சாப்பிடவில்லை. எழுதுகையில் இடையிடையே மனது சொல்லமுடியா வேதனையில் தத்தளித்தது. என் அவஸ்தை களுக்கு வரிவடிவம் கொடுக்கமுடியுமா என்று தெரியவில்லை. ஏதோ எழுதிவிட்டேன். இதுநாள்வரை யாருக்கும் காட்டாமல் மனதுக்குள் மூடிவைத்திருந்த பக்கங்களை, தங்களிடம் சொல்ல இன்று திறந்ததில், புலப்படாத பல பக்கங்கள் இன்று விளங்கின. மனது கொஞ்சம் ஆசுவாசம் கொள்கிறது.

ஆனால் எனக்கு தெரியும் இந்த அமைதி நிரந்தரமல்ல. 'எதைத் தின்றால் பித்தம் தெளியும்' என்று பலவற்றையும்

முயற்சித்திருக்கிறேன். எதுவும் நிரந்தர அமைதியை எனக்குத் தந்ததில்லை. தங்களிடமிருந்து எதிர்பார்ப்பதெல்லாம் இதுதான் ஜெமோ, ஏதாவது சொல்லுங்கள். வான்முட்டும் அளவுக்குக் கனவுகள் உண்டு எனக்கு. கனவுகளைத் தின்று வாழ்பவன் நான்; வழிகாட்டுங்கள் ஜெமோ. ஒரு சொல்லோ ரெண்டு சொல்லோ எதுவாயினும் சரி, என் மனம் நிரந்தர அமைதி கொண்டிருக்க, என் கனவுகளை நோக்கிப் பயணப்பட ஏதாவது சொல்லுங்கள் ஜெமோ.

நம்பிக்கையுடனும், அன்புடனும்
எஸ்

*

அன்புள்ள எஸ்,

நீங்கள் இருப்பது ஒரு ஒரு தனித்துவம் கொண்ட நிலை. ஓரளவு தன்பால் ஈர்ப்பு எல்லா ஆண்களுக்கும் உண்டு. குறிப்பாக பதின்பருவங்களில். இருபத்தைந்து வயது கடக்கும் போது, ஒருவன் தன்னை முழுமையான ஆண் என உணர ஆரம்பிக்கும் போது, அது இல்லாமலாகிவிடும். [ஓரத்தில் கொஞ்சம் இருந்து கொண்டும் இருக்கும். பலருக்கு முதிய அகவையில் மீண்டும் தோன்றும் என்கிறார்கள்].

உங்களிடம் இருக்கும் இந்தக் கூறு எந்த அளவுக்கு இருக்கிறது என நீங்களே கவனித்துக்கொண்டிருங்கள். அது சராசரிக்கும் மேல் என்றால், உங்களால் கட்டுப்படுத்த முடியாதநிலை என்றால், நீங்கள் அதற்கு உங்களை ஒப்புக்கொடுக்கவேண்டும். அதை உங்கள் ஆளுமையாக எடுத்துக்கொள்ளவேண்டும். இயல்பாக, சாதாரணமாக, அத்தனைபேரும் அவரவர் பாலியல் இயல்புகளை எப்படி எடுத்துக்கொள்கிறார்களோ அப்படி. உங்கள் மூளையை நீங்கள் ஒன்றும் செய்யமுடியாது அல்லவா?

நீங்கள் வாசகராகவும் இலக்கிய ஆர்வலராகவும் இருக்கிறீர்கள். உங்கள் மொழிநடை நன்றாக இருக்கிறது. நீங்கள் இயல்பாக சிறந்த எழுத்தாளராக வரக்கூடும். இந்த அலைகளை கடந்துவிட்டால் தமிழில் என்றென்றும் பெயர்விளங்கும்

பெரும்படைப்பாளிகளில் ஒருவர் நீங்கள். அதையே உங்கள் முதன்மை அடையாளமாக எண்ணிக்கொள்ளுங்கள். அதை நோக்கி செல்லுங்கள், அதை வளர்த்தெடுங்கள்.

பாலியல் தனித்தன்மை எவருக்கும் பொது அடையாளம் அல்ல. அது ஓர் அந்தரங்கம் மட்டுமே. அது எப்படி இருந்தாலும் பொதுவாழ்க்கையில் உங்கள் அடையாளம் இலக்கியம் என்பதாகவே இருக்கக்கூடும் என நினைக்கிறேன். உங்கள் வெற்றி இருப்பது அங்கேதான். இந்த மன அலைச்சல்கள் கொந்தளிப்புகளால் நீங்கள் அந்த இலக்கை இழந்துவிட்டீர்கள் என்றால்தான் உண்மையில் மிகப்பெரிய இழப்பை சந்தித்தவராவீர்கள். அதை தலைக்கொள்ளுங்கள்.

எந்த ஒரு கலையிலும் உண்மையான வெற்றியை அடைய வேண்டும் என்றால் அதற்குரிய கடும் உழைப்பு தேவை. ஆயிரம் மணிநேர கடும் உழைப்பு என்பார்கள். இலக்கியத்திற்கு கூடுதலாக அறிவுத்தகுதியும் தேவை என்பதனால் நான் பத்தாயிரம் மணிநேரம் என்பேன். அதை தவறவிட்டுவிடவேண்டாம். உங்கள் அகவையை வைத்துப்பார்த்தால் நீங்கள் வாசித்தவை மிகுதி. எழுதும் மொழி கூரியது. என் 21 அகவையில் நான் இப்படித்தான் இருந்தேன்.

உங்களை இரண்டாக பகுத்துக்கொள்ளுங்கள். ஒன்றை வெளியே காட்டுங்கள். அது நீங்கள் வடித்துக்கொண்ட, நடிக்கும் ஆளுமையாக இருக்கட்டும். அது ஒரு வகை கப்பம் கட்டுதல், புறவுலகினருக்காக. அதை அவர்கள் வைத்துக் கொள்ளட்டும். அது நேர்த்தியாக, பிறர் ஒவ்வாமை கொள்ளாததாக, எந்தக் கூட்டத்திலும் இயல்பாக கரைந்து மறையக்கூடியதாக இருக்கட்டும். அது ஒன்றும் பெரிய விஷயம் அல்ல. எழுத்தாளர்கள் கதைமாந்தரை நடிப்பவர்கள். ஒரு கதைமாந்தரை உங்களுக்காகவும் உருவாக்கிக்கொள்ளுங்கள், அவ்வளவுதான். துரத்தும் நாய்களுக்கு ஒரு துண்டு ஊன் அது.

உள்ளூர உங்களுக்கு நிகழ்வதை கூர்ந்து கவனித்துக் கொண்டிருங்கள். என்ன ஆகிறது? உடலுக்கும் உள்ளத்திற்கும் என்னதான் உறவு? இது ஒருவகையில் ஒரு நல்வாய்ப்பு அல்லவா?

பிறருக்கு இல்லாத சில அவதானிப்புகளை அடைவதற்கான வழி அல்லவா? பிறர் எழுதாத ஒன்றை எழுத உங்களால் இயலும் அல்லவா? இளமையில் என் குடும்பத்தில் பெரிய இழப்புகள் உருவானபோது இந்த எண்ணமே என்னை கரையேற்றியது. மெய்யாகவே நான் அடைந்த அகதரிசனங்கள் அதனூடாக உருவானவை. என் ஆளுமை அந்த உளக்கொந்தளிப்பை நான் கூர்ந்து கவனித்ததன் வழியாக அடைந்தது.

உங்கள் எழுத்துக்களில் மட்டுமே நீங்கள் எவர் என பிறர் அறியவேண்டும். தன்னை ஒளித்துக்கொள்ள எழுத்தாளனுக்கு உரிமை உண்டு. அதிலும் பிறர் அறியாதவற்றை அறிபவனுக்கு அது அவசியத்தேவை.

என்றாவது இந்தியாவிலிருந்து ஐரோப்பா அல்லது அமெரிக்காவுக்கு செல்லமுடியும் என்றால் இந்த சமூகத்திற்கான முகமூடி தேவை இல்லை. அங்கே நீங்கள் இயல்பாக இருக்கலாம். அதற்காக முயலுங்கள். இயலவில்லை என்றால் இங்கே இன்னொருவராக நீடியுங்கள்.

ஏன் ஆளுமையை முன்வைத்து போரிடக்கூடாது? அதற்காக நாணவேண்டுமா? அது இழிவானதா? அப்படி அல்ல. உங்கள் இலக்கு ஒரு சமூக சீர்திருத்தவாதியாக ஆவது என்றால் அவ்வாறு செய்யலாம். எதிர்ப்புகளுடன் போரிடலாம். உங்கள் தரப்பை நிலைநாட்டலாம். எழுத்தாளன் என்றால் அது தேவையற்ற உணர்ச்சி வீணடிப்பு. நேர வீணடிப்பு. ஒரு ரிதுபர்ணோ கோஷ் ஆக நீங்கள் உங்களை உருவாக்கிக் கொண்டபின் ஆம் நான் அவ்வாறுதான் என சமூகத்திற்கு முன்னால் வந்து நில்லுங்கள். உங்கள் படைப்பூக்கம் எவ்வகையிலும் அப்போது பாதிக்கப்படாது. ஏனென்றால் உங்கள் வெற்றி அளிக்கும் ஆணவம் அப்போது கவசம்போல நின்று காக்கும்.

உங்களுக்கு சிறந்த உதாரணமாக சுட்டவேண்டிய எழுத்தாளர் ஸக்கி [எச் எச் மன்றோ]. அவரைப்பற்றி எழுதியிருக்கிறேன். அவர் மறைந்து பல ஆண்டுகளுக்குப் பின்னரே அவர் ஒருபாலுறவினர் என்பது தெரியவந்தது. ஏனென்றால் அன்றைய பிரிட்டிஷ்

சூழலில் அது இழிவாகவும் சட்டபூர்வமான குற்றமாகவும் கருதப்பட்டது.

உங்களை எப்படி வகுத்துக்கொள்வது, எப்படி முன்வைப்பது என்பதெல்லாம் ஒன்றும் பெரிய பிரச்சினை அல்ல. அது சாதாரணர்களின் சிக்கல். நீங்கள் எழுத்தாளர். ஆகவே உங்களை எப்படி புரிந்துகொள்வது என்பதே உங்கள் சிக்கல். உங்களை ஒரு வகைமாதிரியாகக் கொண்டு இந்த மானுட நிலைமையை புரிந்துகொள்வது, இதனூடாக மானுடத்தை புரிந்துகொள்வது தான் உங்கள் சவால். அதை எதிர்கொள்ளுங்கள்.

எனக்குப் பிடித்தமான இயக்குநர் ரிதுபர்ணோ கோஷ். இந்தியாவின் வங்கச் சினிமா மேதைகளின் வரிசையில் இறுதியாக வந்த ஆளுமை. அவரைப்பற்றி எழுதியிருக்கிறேன். நீங்கள் ஸகி ஆக இருக்கலாம். ரிதுபர்ணோ கோஷ் ஆக இருக்கலாம். உங்களில் இருந்து எழத் துடிப்பவர் சற்றே வேறுபட்ட ஒரு பாலியல் ஆளுமை அல்ல என உணர்க! ஒரு கலைஞன், எழுத்தாளன் என கண்டடைக!

எழுத்தாளனுக்கு கலைஞனுக்கு உடல், வாழ்க்கை என்பதெல்லாம் ஒரு பயிற்சிக்கருவியே. அவனுக்கு அவற்றுடன் உணர்வுரீதியான உறவு இருக்கவேண்டும். உரிய விலக்கமும் இருக்கவேண்டும். அப்போதுதான் அவற்றை அவன் அணுகி அறியமுடியும்.

வாழ்த்துக்கள்

***

2

ஆஸ்திரேலியா – ஒரே பாலினத்திருமண சட்டம்– 2017

அன்புள்ள ஜெயமோகன் அவர்களுக்கு,

கடந்த ஒருமாதமாக எம் எல்லோரையும் குழப்பிக் கொண்டிருந்த இப் பிரச்னை இப்போது பாராளுமன்றத்தில் விவாதத்துக்கு பகிரங்கமாக வரவிருக்கிறது. சமீபத்திய தபால் வாக்கெடுப்பின்படி, *60* சதவீதமானோர் ஆதரவு தெரிவித்தும், *40* சதவீதம் பேர் எதிர்ப்பு தெரிவித்தும் இச்சட்டப் பிரேரணையை பாராளுமன்றம் வரை கொண்டு செலுத்தியுள்ளனர்.

வளர்முக நாடுகளில் ஒருபாலின உறவு முறைகள் இலை மறை காய்மறையாகவே உள்ளன. ஆனால், வளர்ச்சி பெற்ற நாடுகளான அமெரிக்கா, கனடா, சுவிட்சலாந்து மற்றும் ஜெர்மனியில் ஓரேபாலினத் திருமணங்கள் சட்டபூர்வ அங்கீகாரம் பெற்றுள்ளன. இதுபற்றி குடும்பங்களுக்கிடையே, குறிப்பாக பல பெற்றோருக்கு ஏற்பட்டுள்ள மனக்கிலேசங்கள் கொஞ்ச நஞ்சமல்ல. இச்சூழ்நிலையில், இத்திருமணச்சட்டம் அமுல் படுத்தப்படுமேயானால், வளரும் சிறுவர்கள் பெரிதும் மனக்குழப்பத்துக்கு உள்ளாகக்கூடுமென சமூக ஆர்வலர்கள் கருதுகிறார்கள்.

திருமணமான எத்தம்பதியும் குழந்தைகளைத் தத்தெடுக்க லாம். இதன்படி, ஒரே பாலினத் தம்பதிகளால் தத்தெடுக்கப்பட்ட சிறுவர்கள் வேறொரு தளத்தில் பாலின அசமத்துவத்தை அங்கீகரிக்கக்கூடும். மேலும், இச்சிறுவர்களுக்கு தாய், தந்தை என்னும் இருபாலாரில் ஒருவரே அமைவார்கள். இது குழந்தைகளது அடிப்படை உரிமைக்கு எதிராகும்.

இங்கு ஏற்படக்கூடிய இன்னொரு சிக்கல் என்னவென்றால், எந்த ஒரு மதமும் இதை ஆதரிப்பதில்லை. ஒருபாலினத் தம்பதிகள் மதச்சடங்குகளை நடத்தித் தருமாறு எந்த ஒரு மதகுருவை வேண்டினாலும், அவர்கள் தெரிவிக்கும் மறுப்பு சட்டத்திற்கு எதிர் என இவர்கள் வழக்குப் போடலாம். இங்கு மத சுதந்திரம் பாதிக்கப்படும் அபாயம் இருப்பதாக பல மதகுருக்கள் அபிப்பிராயம் தெரிவித்துள்ளனர்.

இந்தப்பிரச்சினையை சமூகக்கண்ணோட்டத்துடன் அணுகி அபிப்பிராயம் தெரிவிக்குமாறு உங்களது இணையதள வாசகர்களைத் தாழ்மையுடன் கேட்டுக்கொள்கிறேன்.

நன்றியுடன்

மைத்ரேயி.

*

அன்புள்ள மைத்ரேயி,

உண்மையில் இந்தப்பிரச்சினையை இந்தியச்சூழலில் கூர்ந்து விவாதிக்க முடியாது. ஏனென்றால் இங்கே இன்னமும் இது ஒரு சமூகப்பிரச்சினையாக ஆகவில்லை. பல்வேறு தரப்புகள் முன்வைக்கப்பட்டு பலகோணங்களில் விவாதங்களும் எழ வில்லை. என்னுடைய பார்வையில் ஓரினச்சேர்க்கை உணர்வு என்பது இயற்கையானது, உடலியங்கியல் சார்ந்தது. அந்நிலையில் அதை ஒறுப்பது அடக்குமுறை. அதற்கு உரிமையளிப்பது இயல்பான ஒரு சமூகப்பரிணாம வளர்ச்சி மட்டுமே.

ஆனால் சில மருத்துவ நண்பர்கள் ஓரினச்சேர்க்கை இயல்பு என்பது அத்தனை உயிர்களிலும், அனைத்து மானுடரிலும் ஓரளவு இருந்துகொண்டிருப்பது என்றும், அதை பெரும்பாலானவர்கள் கட்டுப்படுத்திக் கடந்துசெல்கிறார்கள் என்றும் சொல்கிறார்கள். அதை ஒரு இயல்பான சமூக வழக்கமாக அங்கீகரித்தால் இன்று பிற பாலியல் இயல்புகள் விளம்பரம் மூலம், கலைகள் மற்றும் கேளிக்கைகள் மூலம் பெருக்கப்படுவதுபோல அதுவும் பெருக்கப்படும் என்றும் அது அவ்வழக்கம் மேலும் வளரவே வழிவகுக்கும் என்றும் வாதிடுகிறார்கள்.

அவ்வழக்கம் ஏன் கட்டுப்படுத்தப்படவேண்டும் என்றால் அது மைய இயல்பானது அல்ல, எப்போதுமே அது விளிம்பு நிலைப் போக்காகவே இருக்க இயலும், ஆகவே அதில் உணர்வுக்கொந்தளிப்புகள், வன்முறை ஆகியவற்றைத் தவிர்க்க முடியாது என்பதனால்தான் என அவர்கள் வாதிடுகிறார்கள். உயிரியல்பில் பலவற்றைக் கட்டுப்படுத்தித்தான் கலாச்சாரமும், சமூக ஒழுங்கும் அமைக்கப்பட்டுள்ளது என்கிறார்கள். மானுடனின் இயல்பான வன்முறை கேளிக்கையும், கட்டற்ற காமமும், சோம்பலும் நாகரிகச் சமூகங்களில் அங்கீகரிக்கப் படுவதில்லை என்பதைச் சுட்டிக்காட்டுகிறார்கள்

என் வரையில் என் புரிதலுக்கு அப்பாற்பட்ட ஒன்றாக மட்டுமே இன்று இது உள்ளது. நண்பர்கள் எழுதலாம்.

***

ஒருபாலுறவின் உலகம்

வணக்கம் அண்ணா,

என்னை பொறுத்தமட்டில் ஒருபால் ஈர்ப்பு பற்றி துணிச்சலாக பேனாபிடித்து எழுதிய முதல் எழுத்தாளர் நீங்களாகத்தான் இருக்கும்... இப்போதுவரை முற்போக்கு எழுத்தாளராக காட்டிக் கொள்ளும் பலரும் கூட எடுத்துக்கொள்ள மறுத்த ஒரு விஷயத்தை, அலசி ஆராய்ந்து துணிந்து கருத்தை தெரிவித்தீர்கள்... அதற்காக ஒட்டுமொத்த ஒருபால் ஈர்ப்பு சமூகத்தின் சார்பாகவும் எனது நன்றிகளை தெரிவித்துக்கொள்கிறேன்...

இப்போது எங்கள் சமூகத்தை பொறுத்தவரை நானும் ஒரு கதாசிரியன்... எங்கள் வலிகளை கதைகள் மூலம் வெளிப்படுத்திக் கொள்ள நாங்களே எடுத்துக்கொண்ட களம்தான் இந்த கதைகள்....

அப்படி முழுக்க முழுக்க ஒருபால் ஈர்ப்பு நபர்களின் வாழ்க்கையைக் கதையாகவும், கட்டுரையாகவும் எழுதி வருகிறேன்... உங்களை போன்ற நல்ல உள்ளங்களின் ஆதரவு இருந்தால், எங்கள் சமூகத்தின் சிக்கல்களை இன்னும் சிரத்தை யோடு நாங்கள் வெளியுலகிற்கு கொண்டு சேர்ப்பிக்க முடியும்.... அதை நீங்கள் செய்ய வேண்டுமாய் சிரம் தாழ்ந்து கேட்டுக் கொள்கிறேன்...

மிக்க நன்றியுடன்,

என்றைக்கும் உங்கள் வாசகனாக,

விஜய் விக்கி

என் வலைப்பூ – *http://envijay.blogspot.in*

*

அன்புள்ள விஜய்

உங்கள் வலைத்தளத்தில் வந்த கதைகளை வாசித்தேன். நல்ல முயற்சி. நாம் அதிகம் கவனிக்காத, பேசாத ஓர் உலகத்தை இயல்பாக எழுத முயற்சி செய்திருக்கிறீர்கள். இன்றைய நிலையில் அந்த முயற்சிக்காகவே கவனிக்கத்தக்கது உங்கள் தளம்.

ஆனால் இத்தகைய கதைகளின் இலக்கிய மதிப்பு வேறுசில அழகியல் கூறுகளாலும் தீர்மானிக்கப்படும். இவை சற்று மாறுபட்ட உலகைச் சார்ந்தவை என்பதனாலேயே இயல்புவாத அழகியலே இவற்றுக்குச் சரிப்படும். அதாவது மிகக்கறாராக, எது நிகழ்கிறதோ அதை மட்டுமே சொல்லும் முறை. குறைவாகச் சொல்லும் முறை. கிட்டத்தட்ட ஜி.நாகராஜன் எழுதியதுபோல. இப்போது சுரேஷ்குமார இந்திரஜித் எழுதுவதுபோல.

நேர் எதிரானது வணிக எழுத்தின் உணர்ச்சிகர நடை அல்லது தேய்வழக்குகள் மிக்க நடை. அதைக் கதைகளில் தவிர்ப்பது கதைகளின் சமநிலையைப்பேண உதவும். நல்ல உரைநடையில் தேய்வழக்குகள் இல்லாமல் எழுதும்போதே இவ்வகை எழுத்தின் இலக்கியத்தரம் உறுதியாகிறது. தொடர்ந்து எழுதுங்கள். இவ்வகை எழுத்துக்கள் வழியாக நம்முடைய சமூகப்பார்வை இன்னும் விரிவடையவும் நமது நீதியுணர்ச்சி இன்னும் மேம்படவும் வழிதிறக்கட்டும்.

***

ஒருபாலுறவு – தீர்ப்பு

அன்புள்ள ஜெ,

நீங்கள் சென்ற பத்தாண்டுகளாக ஓரினச்சேர்க்கை சட்டபூர்வமாக ஆக்கப்படவேண்டும் என்று எழுதியிருக்கிறீர்கள். அதற்கான மனு ஒன்றில் கையெழுத்திட்டதையும் முன்பு சொல்லியிருக்கிறீர்கள். இன்று வந்துள்ள உச்சநீதிமன்றத் தீர்ப்பு பற்றி என்ன நினைக்கிறீர்கள்?

விஜயகுமார்

*

அன்புள்ள விஜயகுமார்,

இத்தகைய விஷயங்கள் படிப்படியாகவே சமூக ஏற்பு பெறும் என்பதே என் எண்ணம். ஒருபாலுறவு என்பது ஒரு குணக்கேடு அல்ல, அது ஒரு உயிரியல் நிகழ்வு, அது இயல்பானது என அறிவியல் நிறுவுவது சென்ற கால்நூற்றாண்டுக்குள்தான். அதன் பின்னரே அதை அறிவுலகம் ஏற்றது. அதன்பின் சமூக ஏற்புக்கான கருத்தியல் செயல்பாடு தொடங்கியது. அது சட்ட உருவாக்கம் வரைச் சென்றது கடந்த கால்நூற்றாண்டுக்கால கருத்தியல் செயல்பாடுகளால்தான்.

சட்டத்திலிருந்து அவ்வெண்ணம் மக்கள் மன்றம் வரைச் செல்ல இன்னும் கொஞ்சம் காலமாகும். சமூகம் அதை இயல்பாக ஏற்க இன்னும் தாமதமாகும். இது படிப்படியாகவே நிகழமுடியும். அந்த ஏற்புப் படிநிலைகளில் ஒன்றுதான் இந்த தீர்ப்பு, இதை வரவேற்கிறேன். இது மக்கள் இதை ஏற்றுக்கொள்வதற்கான

பலபடிகளாக நீளும் சமூகச்செயல்பாட்டில் முக்கியமான முன்னடிவைப்பு.

நான் மீளமீள முன்னரே சொல்லிக்கொண்டிருந்தது இந்திய மரபில் ஓருபால் ஈர்ப்பு பெருங்குற்றமாகக் கருதப்படவில்லை என்பதையே. உச்சநீதிமன்றத் தீர்ப்பும் அதையே சுட்டிக் காட்டுகிறது. ஆகவே இந்தியாவில் அதற்கான சமூக ஏற்பு பெரிய சிக்கல் இல்லாமல் நிகழ்ந்தேறும் என்றுதான் சொன்னேன். அதையே இப்போதும் காண்கிறேன்.

***

உகவர் வாழ்க்கை

அன்புள்ள ஜெயமோகன் ஐயாவுக்கு வணக்கம்.

"முடியாது என்றானபோதும் நான் முயன்று தான் தோற்கிறேன்.

விடியாது என்றானபோதும் நான் கிழக்கையே பார்க்கிறேன்.

இயற்கையின் தீர்ப்பில் நானே குற்றவாளியா?

அதை திருத்தி எழுதத்தானே யாரும் இல்லையா?

எனது கைபேசியின் அழைப்பொலி இது. பேரன்பு திரைப்படத்தில் இடம்பெற்ற கருணாகரனின் வரிகள்.

உங்கள் இணையத்தளத்தை நீண்ட நாளாகவே வாசிப்பவன் என்றாலும், விக்கி விஜயுடனான உங்கள் கடிதங்களைப் பார்த்த போதே எழுத நினைத்தவன் என்றாலும், "இலக்கியத்தில் கேட்க எவ்வளவோ இருக்க இதை இவரிடம் எழுத வெட்கமாக இல்லை?" என்ற தயக்கத்தாலும் இதுவரை கடிதம் எதுவும் எழுதவில்லை. ஆனால் எஸ் அவர்களுடைய கடிதத்துக்கான உங்களது மறுமொழிகளைப் பார்த்த பின்னர் தெரிந்து கொண்டேன், உங்களைத் தவிர வேறு யாரிடமும் என் மனக்குறையைக் கூறமுடியாதென்று.

என்னைப் பற்றியெல்லாம் அதிகம் கூற விரும்பவில்லை. பிறகொரு முறை உங்களை சந்திக்கும் வாய்ப்பு கிடைக்கும் போது இவனாக இருக்குமா என்று நீங்கள் ஊகித்துவிடக் கூடாது என்ற முன்னெச்சரிக்கை தான். அந்த அளவுக்கு எனக்குள் மறைந்திருக்கும் 'அந்த' அடையாளத்தை வெறுக்கிறேன்.

சுருக்கமாகச் சொன்னால் முப்பதை அண்மிக்கும் ஒரு இளைஞன். ஒரு விதத்தில் நான் அதிர்ஷ்டம் செய்தவன். அழகான குக்கிராமத்தில், அருமையான சிறிய குடும்பத்தில் பிறந்தவன் நான். போதும் போதும் என்னும் அளவுக்கு பேரன்பு. அந்த அன்புக்கு முன் பருவ வயதில் என்னுள் நிகழ்ந்துகொண்டிருந்த இந்த உணர்வை பெரிதாக எண்ணவோ, அதற்கு என்னை ஒப்புக்கொடுக்கவோ நான் தயாராக இருக்கவில்லை.

ஆனால் அந்த மாற்றம் ஒருவித குழப்பத்தை ஏற்படுத்தியது உண்மை. ஒரு மஞ்சள் பத்திரிகையின் கேள்வி பதிலில் "இந்த உணர்வு எல்லா ஆண்களுக்கும் ஏற்படுவது தான். கவலைப்படத்தேவையில்லை. கொஞ்ச நாட்களில் மாறிவிடும்" என்று இன்னொருவருக்கு வழங்கப்பட்ட பதில் தான் பதினைந்து வயதில் எனக்கு மிகப்பெரிய ஆறுதல். ஆனால் என் விடயத்தில் அது பொய் என்பதை வளர வளர உணர்ந்துகொண்டேன்.

அது படிப்பு – தொழில் நிமித்தம் குடும்பத்தை விலகி தொலைதூரம் வந்தபிறகு நிகழ்ந்தது. நண்பர்களில் கட்டுமஸ்தான ஒருவனோடு பழகுவதில் எனக்கு நாட்டம் அதிகம். அவனை இன்னொரு தோழியோடு இணைத்து நண்பர்கள் கேலி செய்த போது, இறுதியில் அவனே அவளுடன் காதலில் விழுந்தபோது, நான் கடும் கோபமும் ஏமாற்றமும் அடைந்தேன். என் வாழ்வின் வலிமிகுந்த நாட்கள் அவை.

அப்போது எனக்குக் கடவுள் நம்பிக்கை அதிகம். விரைவிலேயே மீண்டுவிட்டேன். இணையம் இன்னொரு கதவைத் திறந்து நான் யார் என்று காட்டியது. என்னை முழுமையாக உணர்ந்து கொண்டேன். முழுவதுமாக உடைந்து விழுந்தேன்.

உகவர்கள் ஆணை நேசிப்பவர்கள் என்பதால் அவர்களிடம் பெண்மை நிறைந்திருக்கும் என்பது இந்த சமூகம் நிலைநிறுத்தி யிருக்கும் அபாண்டமான பொய். நடை, உடை, பாவனை எதிலுமே என் வேற்றுமையை இனங்காண முடியாத அளவுக்குத்தான் என்னையும் இயற்கை படைத்திருக்கிறது. ஒரு உகவனாகவே சொல்கிறேன், நளினம் கொண்ட எந்த ஆண் மீதும்

ஒருபாலுறவு – சில விவாதங்கள் ○ 49

எனக்கு ஈர்ப்பு வந்ததில்லை. நான் காமுறுவது தூய ஆண்மை மீது மாத்திரமே.

நீங்கள் பகிர்ந்த ஒரு மலையாளக் கவிதை நினைவுக்கு வருகிறது.

"நான் உங்களை நேசிக்கிறேன்."

"மன்னிக்கவும். நான் ஒரு மாயிழை."

"ஓ. நீங்கள் இருவரும் ஒன்றாக இருக்கும் போது ஆண் யார்?"

"நான் ஒரு பெண்"

"அதைக் கேட்கவில்லை. நீங்கள் இரு பெண்கள் ஒன்றாக இருக்கும் போது ஆண் பாத்திரத்தை ஏற்பது யார்?"

"ஹஹா. நான் ஒரு பெண்"

நினைவில் இருந்ததை எழுதினேன். சரியா தெரியவில்லை. இந்தக் கவிதையை எழுதிய கைகளை முத்தமிட வேண்டும்.

(டிக்சனரியில் உகவன், மாயிழை ஆகிய கலைச்சொற்களை பார்த்தேன். கவித்துவம் நிறைந்தவை. வசை போல தோன்றும் ஏனைய எல்லாச் சொற்களுக்கும் நடுவே இவற்றை எனக்கு மிகவும் பிடித்திருந்தது.)

நீங்கள் சொல்லும் அந்த ஐரோப்பியப் பயணத்துக்கு என் வாழ்வில் சாத்தியமே இல்லை. சுற்றுலாவுக்காக அன்றி, இந்த இந்திய மண்ணை, இனிய மண்ணை விடுத்து என்னால் கால்களைத் தூக்கமுடியாது. ஆக நெடுநாளாகவே அந்த இரட்டை வாழ்வுக்காக தான் தயாராகிக்கொண்டிருக்கிறேன். ஒன்றும் சொல்லப் போவதில்லை என்று எவ்வளவோ சொல்லி விட்டேன். இத்தனையும் போதும்.

இன்று எஸ் என்பவர் எழுதிய கடிதத்தைப் பார்த்துவிட்டு பரபரப்பாக இக்கடிதத்தை எழுதுகிறேன் என்றாலும், இந்த அவசரத்துக்கு இன்னொரு காரணமும் இருக்கிறது. இந்த வயதில் எல்லோருக்கும் இனிய கனவுகளையும் குறுகுறுப்பையும்

அளிக்கின்ற அந்தச் சொல் என் வாழ்க்கையில் இடியாக விழுந்திருக்கிறது. திருமணம்.

வீட்டில் நச்சரிப்பு கூடிவிட்டது. தேடி வந்த சம்பந்தங்கள் பலவற்றை தவிர்த்து விட்டேன். அம்மாக்களின் மாறாத அதே வசனம். கண் மூட முன் உன் கல்யாணக்காட்சியைக் கண்டு இரண்டு பேரப்பிள்ளைகளை கொஞ்சவேண்டும். என் தவிப்பை எப்படி இவர்களிடம் சொல்லி புரியவைப்பது?

உள்ளே பெருங்காமம் சுழித்தோடினாலும், நான் அதை யாருக்கும் திறந்து காட்டியதில்லை. முதல் நண்பனுக்குப் பிறகு ஓரிரு ஆண்கள் என் வாழ்க்கையில் கடந்து போனாலும், யாரோடும் உடலைப் பகிர்ந்துகொண்டதில்லை. சுருக்கமாகச் சொன்னால் தைரியம் இல்லை, சமூகம் மீதான அச்சம். நினைத்தது போலவே அவர்களும் 'தூய ஆணா'கவே இருந்தார்கள். தாங்க முடியாத வலியுடன், அவர்களுக்கான பெண்களிடம், அவர்களை வெட்டி எறிந்து விட்டு நானும் நகர வேண்டி இருந்தது. ஆனால் உள்ளே அந்த உகவன் படும் பாட்டையும் என்னால் சகிக்கமுடியவில்லை. பெருங்குரலெடுத்து கதறி அழ முடியாத வேதனைகள் எத்தனை கொடுமையானவை!

சில மாதங்களாக திரைப்படங்களில் நெகிழ்வான காதல் காட்சிகளைக் காணும் போது துடித்துப்போகிறேன். "என்னடா இப்பல்லாம் ரொம்பத்தான் ஃபீல் பண்றே" என்று நண்பர்களே வாய்விட்டுக் கேட்கிறார்கள். "எனக்கு இதெல்லாம் சாத்திய மில்லை, என்றைக்குமே சாத்தியமில்லை என்பதை உணர்ந்து தான் அழுகிறேன்" என்று எப்படி அவர்களிடம் சொல்வது?

அன்றொரு நாள் பேருந்தில் திரைப்படமொன்று. முதலிரவுக் காட்சி. கட்டுப்படுத்த முடியாமல் வெடித்து அழுதேன். பக்கத்தில் அமர்ந்திருந்த பெரியவர் பதறிப்போய் விட்டார். நெருங்கிய ஒருவரின் சாவு என்று கூறி சமாளித்துவிட்டேன். என்னால் இயலாத ஒரு வாழ்க்கையை, ஆனால் எனக்காக காத்திருக்கும் ஒரு வாழ்க்கையை அஞ்சி கணம் கணம் செத்துக் கொண்டிருப்பது யாருமில்லை, நான் தான் என்பதை அவருக்கு எப்படிச் சொல்லி புரியவைப்பது?

நான் பார்க்க ஓரளவு வாட்டசாட்டமானவன். எந்தளவுக்கு என்றால், இரண்டு பெண்களே முன்வந்து தங்கள் காதலைச் சொல்லுமளவு. அவர்களில் இன்று வேறொருவனைத் திருமணம் முடித்து வாழும் ஒரு நண்பியை நினைவுகூர்கிறேன். திருமணத்துக்கு எனக்கு பத்திரிகை அளிக்க வந்தவள் "ஆனால் கடைசிவரை ஏன் என்னை மறுத்தாய் என்பதைத் தான் புரிந்துகொள்ளவே முடியவில்லை" என்று கண்ணீர் சிந்திய படியே விடைபெற்றதை எண்ணும் போதெல்லாம் இன்றும் வலிக்கிறது.

மனதை மாற்றவேண்டும் என்று பாலுணர்வுத் தளங்களுக்கு போனாலும், அங்கு கூட பெண்ணுடல்கள் அருவருப்பை ஏற்படுத்துகின்றன. அங்கிருந்து உகவர்களுக்கான தளங்களுக்குப் பாய்ந்து மாயத்திரையில் ஆண்மையை, தசைகளை, தோள்களை சுவைப்பதும், காட்டாற்று வெள்ளம் வடிந்த பின்னர், வெட்கி விம்மி அழுவதும் இப்போது வாடிக்கையாகி விட்டது.

என் வாழ்க்கையில் மற்ற எவரும் அனுபவித்திருப்பதை விட நாடகீயத் தருணங்கள் அதிகம். நீங்கள் சொல்வது போலவே எவரும் பார்க்காத பக்கங்கள், சிந்திக்காத கோணங்கள். எழுத்துத் துறையில் முயற்சி செய்ய ஆசை இருக்கிறது. அது முடியா விட்டாலும் என் தொழில் துறையில் பிரபலமடைவேன் என்ற நம்பிக்கை எனக்கு இருக்கிறது. அந்த நம்பிக்கைகளைக் கலைப்பவனும் உள்ளே தவித்தபடி அமர்ந்திருக்கும் அந்த உகவன் தான். "இத்தனை தியாகங்களும் போதாதா? வாழ்நாளாலெல்லாம் என்னை ஏங்க வைத்து தினம் தினம் சாகப் போகிறாயா?"

போதும். முடித்து விடுகிறேன்.

மற்றவர்களைப் போல் நானும் இயல்பு வாழ்க்கையே வாழவேண்டும், குழந்தைகளைப் பெற்று கொஞ்சி விளையாட வேண்டும் என்பது என் நப்பாசை. ஆனால் இன்னொரு பெண்ணுடன் வாழ்க்கையைப் பகிர்வதை நினைத்தே பார்க்க முடியவில்லை. ஒருவேளை நம்பி வந்தவள் என்பதற்காக அவளை நான் போலியாக மகிழ்விக்கலாம். ஆனால் என்னைப் பொறுத்தவரை அது நரகமே தான். முதிய வயதில் தங்கள்

வாழ்க்கைத் துணைகளைத் தேடிக்கொண்ட உகவர்களின் கதைகள் அச்சுறுத்துகின்றன. இந்தப்பக்கம் அம்மாவின் ஏக்கம். என் திருமண விடயத்தில் நான் என்ன முடிவை எடுப்பது?

அல்லது ஒரு இலக்கியவாதியிடம் கேட்பதற்குப் பதில் யாரேனும் மனோதத்துவ நிபுணரை நான் நாடவேண்டுமா? என் தொழில், எதிர்காலம் கருதி அப்படி ஒருவரை நாட நான் அஞ்சுகிறேன். உங்களைப் போல் ஒருவர் என் தந்தையாகவோ நெருங்கிய நண்பராகவோ இருந்திருந்தால் மடியில் விழுந்து கதறி அழுதபடி இக்கேள்வியைப் கேட்டிருப்பேன். அதற்கு வாய்ப்பில்லை. தயவுசெய்து ஏதாவது பதில் தாருங்கள் ஐயா.

வி

*

அன்புள்ள வி,

தொடர்ச்சியாக இந்தவகை கடிதங்கள். இது இவ்வளவு எண்ணிக்கையில் அதிகமாக இருக்குமென நான் நினைக்க வில்லை.

முதலில் செய்யவேண்டியது இதை இயல்பாக ஏற்றுக் கொள்ளுதல். எவரும் தங்கள் பிறவி இயல்பான மூளைக்கூறுடன் போட்டியிட முடியாது. கணக்கு சம்பந்தமான ஒரு வேலையை நான் பிழைப்புக்காகச் செய்தாகவேண்டும் என்றால் உடைந்து விடுவேன். அதனுடன் மல்லுக்கட்டி, துயரடைந்து வாழ்க்கையை வீணடிக்கவேண்டியதில்லை. இயல்பாக ஏற்றுக்கொள்ளுதல், சமூகத்திற்காக தன்னை இரண்டாகப் பிரித்துக் கொள்ளுதல். அதுவே முதல்தேவை.

அதற்கு தேவையென்றால் உளவியலாளரை நாடலாம். ஆனால் பெரும்பாலான உளவியலாளர்களுக்கு இதெல்லாம் தெரியாது, ஏற்றுக்கொள்ளவும் முடியாது. பொதுவாக இங்கே இலக்கிய வாசகரிடம் சொல்ல உளவியலாளர்களுக்கு ஒன்றுமே இல்லை. அத்துடன் மனக்கொந்தளிப்பு அல்லது பாலியல் நாட்டம் ஆகியவற்றுக்கு எதிராக ஏதேனும் அமைதிப்படுத்தும்

மாத்திரைகளை இயந்திரத்தனமாக தந்துவிட்டார்கள் என்றால் பெரும் சிக்கலில் மாட்டிக்கொள்வீர்கள்.

திருமணம் செய்துகொள்ளவே கூடாது. ஏனென்றால் மிகச் சில நாட்களிலேயே வெளிப்பட்டுவிடும் உடல் ரகசியம் இது. பெண்கள் முதல் நாளிலேயே உணர்ந்துகொள்வார்கள் – சம்பிரதாயமான பழையகாலப் பெண்கள் கூட. அது பெரும் கொந்தளிப்பை, துயரை இருவருக்கும் இருவர் குடும்பத்திற்கும் அளிக்கும். இன்னொருவர் வாழ்க்கையை வைத்து விளையாட எவருக்கும் உரிமை இல்லை. எனக்கு திருமணத்தில் ஆர்வமில்லை என உறுதியாகத் தெரிவித்துவிட வேண்டியது தான். வேறு வழியே இல்லை.

இரட்டை வாழ்க்கை, அல்லது தனக்கான பாலியல் வாழ்க்கையை தேடிக்கொள்வது இன்று இயல்பானது. இணையத்தில் அதற்கான பல அமைப்புக்கள், கூடுகைகளுக்கான வாய்ப்புகள் இன்றுள்ளன என்றே நினைக்கிறேன். ஒருபால் நாட்டம் கொண்டவருக்கு ஒருபால்நாட்டம் கொண்ட இன்னொருவரே இயல்பான துணையாக இருக்கமுடியும். பிறருக்கு அது பெரும் ஒவ்வாமையைத்தான் அளிக்கும். ஏனென்றால் நான் ஏற்கனவே சொன்னதுபோல இது பெரும்பாலும் மூளையின் இயல்பு சார்ந்த உளநிலை. அத்தகைய குழுமங்களை இணையத்தில் தேடிக் கண்டடைய முடியுமென நினைக்கிறேன்.

என்ன கவனிக்கவேண்டும் என்றால் பழைய காலங்களில் இது ஒரு ரகசிய அமைப்பாக இருந்தமையாலேயே குற்றத்துடன் சம்பந்தப்பட்டிருந்தது. சில திரையரங்குகள் பூங்காக்கள் இதற்கான இடமாக இருந்தன. குற்றவுலகுடனான தொடர்பு மேலும் பிரச்சினைகளைக் கொண்டு வரும். அது இப்போது பெரும்பாலும் தவிர்க்கப்பட்டுள்ளது என நினைக்கிறேன்

அனைத்திற்கும் மேலாக ஒன்று உண்டு. திரு எஸ் எழுதிய போது அதில் ஒரு கூறு இருந்தது. அவர் தேர்ந்த இலக்கிய வாசகராகத் தெரிந்தார். மொழியாளுமை கொண்டவராக இருந்தார். அதாவது அவருடைய வாழ்க்கையின் அர்த்தமும் சாரமும் வேறு. அது பாலியலால் தீர்மானிக்கப்படுவதில்லை.

பாலியல் அவருடைய வாழ்க்கையின், ஆளுமையின் மிகச்சிறிய பகுதி மட்டுமே. எவரானாலும் அவ்வாறு வாழ்க்கையை அர்த்தப்படுத்திக்கொள்ள இன்னொரு தீவிரமான தளம் இருந்தாகவேண்டும். அவர்களே தங்களைப் பற்றி நிறைவாக எண்ணிக்கொள்ள முடியும்.

அவ்வாறு ஒரு புறவாழ்க்கை இல்லாதபோது, அது வெறும் உலகியல் செயல்பாடாக மட்டுமே இருக்கும்போது வாழ்க்கையில் ஒரு வெறுமை தோன்றுகிறது. அந்நிலையில்தான் அதை பாலியலைக்கொண்டு நிரப்ப முயல்கிறார்கள். அதன் பொருட்டே அவர்கள் பாலியலில் மூழ்கிக்கிடக்கிறார்கள் – எண்ணம் என்ற அளவிலாவது. அது மேலும் ஒவ்வாமையை தனிமையை சலிப்பை அளிக்கிறது. உங்கள் நிலைமையில் மேலும் பெரிய வதையாக ஆகிவிடுகிறது.

நான் அவருக்குச் சொன்னதே உங்களுக்கும். பாலியல் என்பது வாழ்க்கையின் ஒரு சிறு பகுதி மட்டுமே. குழந்தைகள் பெற்றுக்கொள்வதும், வளர்ப்பதும், குடும்பமும் கூட ஓர் அறிவியக்கவாதியின் வாழ்க்கையில் மிகச்சிறிய பகுதிதான். மிகப்பெரும்பாலான பகுதியை தீவிரமாக்கிக் கொண்டால், பொருளுடையதாக ஆக்கிக்கொண்டால் இதை எளிதாகக் கையாளமுடியும்.

***

பகுதி – II

ஓர்னச்சேர்க்கை – அனிருத்தன் வாசுதேவன்

அன்பு நிரம்பிய ஜெயமோகன் அவர்களுக்கு,

வணக்கம். என் பெயர் அனிருத்தன் வாசுதேவன். உங்கள் மீது மிகுந்த அபிமானமும் மதிப்பும் கொண்ட ஒருவன். உங்களது எழுத்துப் பணி குறித்து மிக உயர்வாக நினைக்கிறேன்.

உங்கள் வலைப்பதிவில் வெளியாகியிருக்கும் "ஓரினச் சேர்க்கை" என்ற தலைப்பிலான அனுபவக் கட்டுரையைப் படித்தேன். நீங்கள் மிகுந்த அன்புடனும் அக்கறையுடனும் மனித நேயத்துடனும் கடிதம் எழுதிய நண்பருக்கு பதிலளித்திருப்பது ஒருபாலீர்ப்பு கொண்ட எனக்கும், என் நண்பர்கள் பலருக்கும், மாற்றுப் பாலியல் கொண்ட நபர்களின் நல்வாழ்வு மற்றும் உரிமைகள் சார்ந்த பணியில் ஈடுபட்டிருக்கும் பலருக்கும் நெகிழ்வுண்டாக்கியது. மிக்க நன்றி.

பல்வேறு துன்பங்களுக்கு இடையிலும் பலர் – ஆண்களும் பெண்களும் – ஒருபாலீர்ப்பு கொண்டவர்களாகவோ, இருபாலீர்ப்பு கொண்டவர்களாகவோ வாழ்ந்து கொண்டிருக்கின்றனர். பலர் தங்களது பெற்றோருடனும் மற்ற குடும்பத்தினரிடமும், நண்பர்களிடமும் தங்கள் பாலியல் இச்சை குறித்த உரையாடலையும் தொடங்கிவிட்டிருக்கின்றனர். இதனைச் செய்த ஒருவன் என்ற நிலையிலும், மற்றவர்களுக்கு இந்தப் பயணத்தில் துணை நிற்க முயலும் ஒருவன் என்ற நிலையிலும், ஒரு சக-ஆற்றுப்படுத்துநராக தினசரி ஒருபாலீர்ப்பு மற்றும் இருபாலீர்ப்பு கொண்ட பலரை சந்தித்து அவர்களுடைய

பகிர்தலைக் கேட்பவன் என்ற நிலையிலிருந்தும் இதனை எழுதுகிறேன்.

நான் பங்கு வகிக்கும் குழு ஒன்றின் உறுப்பினர்கள் பலர் www.orinam.net என்ற இணையதளத்தை உருவாக்கி அதில் மாற்றுப் பாலியல் குறித்த பயனுள்ள பல விஷயங்களை வலையேற்றி வருகின்றனர். தங்களது பாலியல் குறித்த சிலரது வெளிப்படையான கடிதங்கள் இங்கு காணக் கிடைப்பதுடன் தங்களது பிள்ளைகள் ஒருபாலீர்ப்பு கொண்டவர்களாக இருப்பதைக் குறித்தும் அது குறித்த தங்கள் நிலைப்பாடு பற்றியும் பெற்றோர்கள் எழுதியுள்ளவையும் இங்கு பிரசுரிக்கப் பட்டுள்ளது. உங்களுக்குக் கடிதம் எழுதியுள்ள நண்பருக்கு இவை பயனுள்ளதாக அமையலாம்: *http://orinam.net/parents-family-friends/*

உங்கள் அன்பிற்கும், புரிதலுக்கும், ஆதரவுக்கும் மனமார்ந்த நன்றிகள்.

அன்புடன்,
அனிருத்தன் வாசுதேவன்

http://aniruddhanvasudevan.blogspot.com

*

அன்புள்ள அனிருத்தன்,

உங்கள் எழுத்துக்களை காலச்சுவடு இதழில் கண்டதுண்டு.

உங்கள் இணையதளம் சிறப்பாக உள்ளது. ஒரு முக்கியமான பணி என்றே நினைக்கிறேன். எந்த ஒரு புதிய கருத்தும் நீடித்த விவாதம் வழியாக மெல்லமெல்ல உருவாவதே. அதற்கு இந்தத் தளம் வழியமைக்கும் என நினைக்கிறேன்

வாழ்த்துக்கள்.

***

உகவர், ராமச்சந்திர சிரஸ்

அன்புள்ள ஜெ,

சமீபத்தில் தன்பால்-ஈர்ப்பு பற்றி தங்கள் தளத்தில் நிகழ்ந்து வரும் பரிமாறல்களை, ஆரோக்கியமான விவாதங்களை, என் நண்பர் ஒருவர் மூலம் அறிந்து, படித்தேன். தமிழ்ச்சூழலில் இதுபோன்ற அரிதான வெளிப்படையான விவாதங்கள் உண்மையிலேயே உவப்பளிக்கிறது. தன்பால்-ஈர்ப்பை மையமாகக் கொண்ட 'அலிகார்' என்ற ஹிந்தி திரைப்படத்தை சமீபத்தில் பார்த்தேன். ஹன்சல் மெஹ்தா இயக்கத்தில் 2016 ல் இத்திரைப்படம் வெளியானது.

அலிகார் முஸ்லிம் பல்கலைக்கழகத்தில் மராத்தி இலக்கிய பேராசிரியராகப் பணியாற்றிய ராமச்சந்திர சிரஸ்-ன் உண்மைக்கதையின் தழுவல் இத்திரைப்படம். ராமச்சந்திர சிரஸ் மராத்தியில் பல சிறுகதைகளை எழுதியிருக்கிறார். *"Paya Khalchi Hirawal" (Grass under my feet)* என்ற கவிதைத் தொகுப்பிற்காக 2002 ம் ஆண்டு மஹாராஷ்ட்ர அரசின் சாஹித்ய பரிஷத் இலக்கிய விருது பெற்றவர். 2010ல் இவர் அலிகார் பல்கலையின் 'நவீன இந்திய மொழிகள்' துறையின் தலைவராக தேர்ந்தெடுக்கப்படவிருந்த நிலையில், இவருக்கு எதிராக சதித்திட்டம் தீட்டப்பட்டு, பணியிடை நீக்கம் செய்யப்பட்டார். பின்னர் பணிநீக்கம் செய்யப்பட்டதற்கு எதிராக அலகாபாத் உயர்நீதிமன்றத்தில் வழக்கு தொடுத்து வென்றார். 2010 ஏப்ரல் ஒன்றாம் தேதி இவருக்கு ஆதரவாக தீர்ப்பு வருகிறது. ஏப்ரல் ஏழாம் நாள் மரணமடைந்தார். இவரது மரணம் தற்கொலை என்றும் கொலை என்றும் சில முரணான தகவல்களுண்டு. இவரின் கதையை

அடிப்படையாகக் கொண்டு நேர்த்தியாக எடுக்கப்பட்ட அற்புதமான திரைப்படம் 'அலிகார்'. இத்திரைப்படத்தை தங்கள் மூலம் அறிவுலகினரின் கவனத்துக்குக் கொண்டுவருவதற்காக இக்கடிதத்தை எழுதுகிறேன்.

என்றும் அன்புடன்,

ஆனந்த்.

The locked door – The life and death of Dr. Srinivas Ramchandra Siras | Rishi Majumder

*

அன்புள்ள ஜெயமோகன் ஐயாவுக்கு,

மிக்க நன்றி. உண்மையில் என் கடிதத்தை எழுதி அனுப்பிய பின்னர் இதை அனுப்பியிருக்கக் கூடாதோ என்று கூட யோசித்தேன். ஆம். எஸ்ஸின் நிலையும் என் நிலையும் வேறுவேறு என்று நன்கு அறிவேன். என் சிக்கல் என்னவென்றால் திருமண நச்சரிப்பால் பாலியலை மாத்திரமே சில நாட்களாக வெகுவாக சிந்தித்துக் கொண்டிருக்கிறேன் என்பது தான். வேறு விதத்தில் சொன்னால் அதைத்தவிர வேறெந்த கவலையும் எனக்கு இல்லை.

அதிகம் சடங்கு சம்பிரதாயத்தில் ஊறிய பின்னணியை கொண்டவன் என்பதால் தான் என்னால் இன்னொரு ஆணை நெருங்க முடியவில்லை. அதே காரணத்தால் தான் இன்னொரு பெண்ணின் வாழ்க்கையை சிதைப்பதற்கும் அஞ்சினேன். அன்றாடத்துக்கு ஒவ்வாத எனது இருமையை வெறுத்ததும் அதனாலேயே.

உங்கள் பதிலை படித்த பின்னர் தெளிவடைந்து விட்டேன். கடினமாகத் தான் இருக்கும். இருந்தாலும் இயன்ற விரைவில் மீள்வேன். ஏதோ ஒரு விதத்தில் வாழ்க்கையை அர்த்தப்படுத்திக் கொள்வேன். அப்படி அர்த்தப்படுத்திய பின்னர் உங்களை வந்து சந்திக்கிறேன்.

முதல் கடிதத்தில் என்னை நீங்கள் இனங்காணக்கூடாது என்ற தயக்கம் இருப்பதைச் சொன்னேன். இப்போது ஆசையாக இருக்கிறது, சாதித்த பின்னர் உங்களை சந்திக்கும் போது, அந்த வி நான்தான் என்று நீங்கள் மட்டுமே கேட்கும் மொழியில் உங்களிடம் சொல்லி மகிழவேண்டுமென்று.

உங்களுக்கு என் முதல் கடிதத்தை எழுதவும், அதன் மூலம் ஒரு தெளிவை பெற்றுக்கொள்ளவும் காரணமான நண்பர் எஸ்ஸிற்கு என் நன்றிகள். அவர் மேலுயர்க.

மிக்க நன்றி ஐயா.

மகிழ்வுடன்,
வி.

***

உகவர் வாழ்க்கை – உளவியலாளர் கடிதம்

திரு ஜெ அவர்களுக்கு,

உங்கள் இணைய தளத்தில் உகவர் வாழ்க்கை கடிதத்தை வாசித்தேன். மனநல மருத்துவர் என்ற முறையில் என் கருத்துக்களை உங்களுக்கு அனுப்புகிறேன். இது திரு வி அவர்களுக்கோ மற்றும் இது சம்பந்தமாக தெரிந்துகொள்ள விழைபவர்களுக்கோ உபயோகமாக இருக்கும் என்று நினைக்கிறேன். நீங்களும் அப்படி நினைத்தால் ஆர்வமுள்ளவர்களுக்கு இதை அனுப்புமாறு கேட்டுக்கொள்கிறேன்.

நன்றி

முரளி சேகர்

*

திரு ஜெ,

உகவர் வாழ்க்கை என்ற கடிதத்தில் திரு வி அவர்கள் எழுதி இருந்ததையும் அதற்கான உங்கள் பதிலையும் பார்த்த பின்னர் இதை எழுதுகிறேன். திரு வி அவர்கள் தங்களை தவிர இந்த விஷயத்தை வேறு எவரிடமும் சொல்ல முடியாத தயக்கத்தில் இருப்பதனால் இந்த கடிதத்தை உங்களுக்கே பதிலாக எழுதுகிறேன்.

பொதுவாக மனநல துறையில் மருத்துவர்கள் முதலில் கேள்வியை தான் அதிகம் கேட்பார்கள். இதன் மூலமாக தனக்கு முன் அமர்ந்திருக்கும் நபரின் பிரச்சினையின் முழு பரிமாணத்தை உணர்ந்து கொள்வதற்காகவும் அந்த நபரின்

பின்புல வாழ்க்கையை அறிவதற்காகவும் இவ்வாறு இந்த கவுன்சிலிங் முறை கட்டமைக்கப்பட்டிருக்கின்றது. மேலும் கேள்வி கேட்கப்படுபவர் அந்த கேள்விகள் வழியாக தன்னுடைய பிரச்சனைகளை மேலும் ஆழமாக உணர்ந்துகொள்வதற்கு இந்த கேள்வி முறை பயன்படும். ஒரு சில நேரங்களில் இது மட்டுமே அந்த நபரின் பிரச்சனைகளுக்கு தீர்வாகவும் அமையும். அதாவது கேள்விகள் மூலம் அவர்கள் மனதில் தோன்றும் கேள்விகளே விடையாகலாம். அல்லது அவர்கள் எந்த திசை நோக்கி செல்ல வேண்டும் என்ற தெளிவை அவர்களுக்கு கொடுக்கலாம்.

ஆனால் அனைத்து மனநல மருத்துவர்களும் இவ்விதமாக திரு வீயின் பிரச்சனைகளை அணுக மாட்டார்கள் என்பதும் உண்மை. குறிப்பாக இந்தியா போன்ற நாட்டில் வெளியில் முப்பது பேர் காத்துக்கொண்டிருக்கும்பொழுது ஒரே நபரிடம் 45 நிமிடங்கள் செலவு செய்வது முடியாது, அவர்களுக்கு அதற்கான திறமையும் ஆர்வமும் இருந்தாலும் கூட.

இப்பொழுது திரு வீயின் கேள்விகளுக்கு வருவோம். அவர் எழுதியதிலிருந்து நான் புரிந்து கொண்டது இதுதான். நல்ல அன்பான குடும்ப சூழலில் தான் அவரின் சிறு பிராயம் இருந்திருக்கிறது. குக்கிராமம் அன்பான சூழல் என்று அவர் எழுதியதில் இருந்து இவர் மன உளைச்சலினாலோ அல்லது வேறு சில தகாத சம்பவங்களினாலோ உகவர் மனநிலையை வந்தடையவில்லை என்று அனுமானிக்கிறேன். தவறு என்றால் அவர் தான் திருத்த வேண்டும் மேலும் விவரங்கள் அளிப்பது மூலமாக. இவர் வளர்ந்த சூழல் எந்த அளவிற்கு இவருக்கு சாதகமாக இருந்தது என்றால் இந்த மன உளைச்சலை ஒரு பக்கமாக ஒதுக்கி வைத்து தன் வாழ்வை எந்த வித குழப்பமும் இல்லாமல் ஒரு குறிப்பிட்ட வயது மற்றும் சூழல் நிகழும் வரை வாழ்ந்து விட்டார். ஒரு மஞ்சள் பத்திரிக்கையின் ஒரு வாக்கியம் போதுமாக இருந்தது அவரின் குழப்பங்களை தற்காலிகமாக தள்ளி வைக்க. கவனிக்கவும். தாற்காலிகமாகவே.

வேற்று இடத்து வாழ்க்கை. தன்னுடைய அடையாளத்தை சுலபமாக மறைக்க உதவும் பெரு நகரம் அளிக்கும் முகமூடி, ஹார்மோன்கள் மற்றும் உடலின் பரிணாம வளர்ச்சியும்

இதனுடன் இணைந்து இவரை தற்போதைய மனநிலைக்கு அழைத்து வந்துவிட்டதாகவே கருதுகிறேன். முதல் காதல். அதன் தோல்வி. அது தந்த பயம். மேலும் சில சொல்லாக்காதல்கள். அது தரும் வேதனை, நிர்வாண பெண் அங்கங்கள் ஏற்படுத்தும் வெறுப்பு, இதெல்லாம் இவரின் உகவர் மனநிலை தற்காலிக மானதோ அல்லது சந்தர்ப்பவசத்தால் மட்டும் ஆனதோ இல்லை என்பதை விளக்குகிறது.

இது ஒரு பக்கம். இதையெல்லாம் தாண்டி இங்கே தன் சுயம் வெளிப்படக்கூடாது எக்காரணத்தை கொண்டும் என்ற ராட்சச தடுப்பு சுவர். இதில் தான் இவர் இப்பொழுது முட்டிக்கொண்டு நிற்கிறார். இது இன்னொரு பக்கம். இதில் தான் மனப்போராட்டம். இங்கே தான் இவருக்கு *conflict.*

இந்த மனப்போராட்டதை முடிவுக்கு கொண்டு வர வேண்டும். அதைத் தான் இவர் இப்படி கேள்விகள் எழுப்புவதன் மூலமாக சாதிக்க பார்க்கிறார். காற்று அடைப்பட்ட பந்து. வெளியே வரத்தான் செய்யும். இதை இல்லை என்று இனி மேலும் மறைக்க முடியாது. சரி. இந்த மனப்போராட்டத்தில் இருந்து எப்படி மீள்வது?

பல வழிமுறைகள் உள்ளன. இரண்டு அதி தீவிர *extreme end* வழிகளை பார்ப்போம். முதலாவது- சமூகம் என்ன சொன்னால் என்ன? என்னுடைய தொழில் முறை வெற்றி எப்படி பாதித்தால் என்ன? என் சொந்தங்கள் என்னை விட்டு சென்றால் என்ன? எனக்கு என் பாலுணர்வு முக்கியம் என்றும் இவர் முடிவெடுக்கலாம். அல்லது இரண்டாவதாக முற்றிலும் மாறுபட்டு என்னால் என் சூழலில் உகவர் வாழ்க்கையை கனவில் கூட நினைத்து பார்க்க முடியாது. ஆதலால் அதை துறந்து மற்றவர்களுக்காக என் பாலுணர்வை தியாகம் செய்கிறேன் என்பது இன்னொரு வழிமுறை. இந்த இரண்டு முடிவிற்கும் நடுவே பலவித வழிமுறைகள்- இரட்டை முறை வாழ்க்கை, கொஞ்சம் வயதான பின் தன் உண்மையான விருப்பத்தை தேடி போவது என்று பல. ஜெ சொன்னது போன்று திருமணம் செய்து கொள்ளக்கூடாது, இந்த குழப்பத்திற்கு முடிவு கிடைக்கும் வரையில். மேலும் இவர் எடுக்கும் முடிவில் அடுத்தவர்

குறிப்பாக அவரின் வருங்கால மனைவி என்று ஒருவர் அதில் இடம் பெறுவார் என்றால் அவர் நிச்சயமாக பாதிப்பு அடைய கூடாது என்பதில் இவர் மிகவும் கவனமாக இருக்க வேண்டும்.

இவர் வாழ்வில் இந்த கட்டத்தில் இந்த கேள்வி முக்கியமா? பதின் பருவத்தில் செய்ததை போல இந்த கேள்வியை இதை பற்றி முடிவெடுப்பதை தள்ளி வைக்க முடியுமா? இவற்றை பற்றி கொஞ்சம் பார்த்து விடுவோம். இவரின் எழுத்தில் மேலோங்கி இருப்பது வலி தான். வெறுப்பு, எதிர்காலத்தை பற்றிய பயம், வெளியே சொல்ல முடியாத காம உணர்வு என்று இவரின் வாழ்க்கை ஒரு ரணமாகத்தான் இருந்து கொண்டிருக்கிறது. இவர் எழுதியதிலிருந்து தான் சிக்கி கொண்டுள்ள சக்கர வியூகத்தில் இருந்து வெளியே வர முயற்சியை தொடங்கி விட்டார் என்றுதான் தோன்றுகின்றது. இவர் தொடர்ந்து இந்த பயணத்தை மேற்கொண்டால் திரும்பவும் ஆரம்பித்த புள்ளிக்கு செல்ல முடியாது என்பதை இவர் மனதில் கொள்ள வேண்டும். மேலும் இவர் ஏதோ ஒரு விதத்தில் ஏதோ ஒன்றில் காம்ப்ரமைஸ் செய்து தான் போக வேண்டி இருக்கும். ஆனால் இதற்காகவெல்லாம் மேலும் தள்ளிப்போடாமல் இவர் இதனை எந்த விதத்திலாவது முடிவுக்கு கொண்டு வருவது மிக முக்கியம். இல்லாவிட்டால் மன அழுத்தம் மனப்பதட்டம் போன்ற வேறு பிரச்சனைகளும் தோன்ற ஆரம்பிக்கலாம்.

சரி இதை அடுத்த கட்டத்திற்கு கொண்டு செல்வாரேயானால் இந்த கீழ்க்கண்ட விஷயங்களில் இருந்து ஆரம்பிக்கலாம்:

– முதலில் இவரின் குழப்பம் பாலுறவு சம்பந்தப்பட்டதா அல்லது தான் ஆண் என்பதில் உள்ள அடிப்படை குழப்பம் பற்றியதா என்பதை தெளிவு படுத்த வேண்டும். அதாவது இது ஒரு *sexual preference* பற்றிய விஷயமா அல்லது *Gender* ஐடெண்டிட்டி பற்றிய விஷயமா என்று புரிந்துக்கொள்ள வேண்டும். நளினமான ஆண்களைப் பற்றி இவர் எழுதி இருப்பது இந்த விஷயத்தில் இவரின் மனநிலையை காட்டுகிறது. ஆனாலும் மேலும் சில பரிசோதனைகள் தேவைப்படலாம்.

– மற்ற விஷயங்களான *Genderqueer, ranssexual, other LGBT* போன்றவையும் தெளிவு படுத்திக்கொள்ள வேண்டும்.

– அறுவை சிகிச்சை *(Gender Reassignment Surgery), Hormone therapy* போன்றவற்றுக்கான தேவைகளும் இவரிடம் இருந்து கண்டறியப்பட வேண்டும்.

– அடுத்தபடியாக இவர் உகவர்கள் குழு எதற்காவது சென்று மற்றவர்களுடன் பழக வேண்டும். இந்த அனுபவம் அவருக்கு சில புதிய அனுபவங்களை தோற்றுவிக்கலாம். அவரின் ஆணித்தரமான அடிப்படைகள் கேள்விக்குள்ளாக்கப்படலாம் அல்லது நிரூபிக்கப்படலாம்.

– இவர் கூறியதில் இருந்து இவர் இது வரை எந்த ஒரு ஆணுடனும் உடலுறவு வைத்துக்கொண்டதில்லை என்று தெரிகிறது. அப்படியானால், பாதுகாப்பான முறையில் மனதுக்கு பிடித்தவருடன் ஒரு அனுபவத்தை ஏற்படுத்திக்கொள்ளலாம். இது அவருக்கு அவரின் கற்பனைகள் *(fantasy)* உண்மையா என்று பரிசீலிக்க உதவும்.

– இதிலும் அவர் மனம் உறுதியாக இருக்குமானால் அடுத்தபடியாக ஏதாவது நெருங்கிய நண்பருடனோ (ஆண் அல்லது பெண் நண்பர்) அல்லது உறவிடனருடனோ தன்னைப் பற்றிய விஷயத்தை கூறி அவர்களின் புரிதலையும் அரவணைப்பையும் பெறலாம். ஒவ்வொரு முறை இவர் இது சம்பந்தமான பிரச்சனைகளை சந்திக்கும்போது இவர் சாய்வதற்கு ஏதுவான தோள் கட்டாயம் தேவைப்படும். இது மிகவும் முக்கியம்.

– இவருக்கும் இவரின் அம்மாவிற்கும் எந்த அளவுக்கு புரிதல் உள்ளது என்று எனக்கு தெரியவில்லை. இவர் அம்மா புரிந்து கொள்வார் என்றால் தாராளமாக இவர் அம்மாவிடமே இதைப் பற்றி பேசலாம். அம்மாக்கள் தன் பிள்ளைகளை, பிள்ளைகள் நினைத்துப்பார்ப்பதை விட அதிகம் அறிந்து வைத்திருப்பார்கள். இவர் கூறும் விஷயம் இவரின் அம்மாவிற்கு அதிர்ச்சியாக இல்லாமல் ஏற்கனவே சந்தேகித்த விஷயத்தை மகன் மூலமாக தெரிந்து கொள்ளும் ஒரு சம்பவமாகக்கூட இது அமையலாம்.

இது திருமணம் செய்துகொள்ள நிர்பந்திக்கப்படுவதை தடுக்கும். இவரும் இவர் குடும்பத்தின் உறுப்பினர்களும் ஏதாவது ஒரு காரணத்தை கேட்பவர்களுக்கு சொல்லி விடலாம்.

மேல் கூறியவற்றிலிருந்து இவர் ஆரம்பிக்கலாம். நான் இங்கே கூறி இருப்பது ஒரு பொதுவான அணுகு முறை தான். ஒரு நல்ல மனநல மருத்துவரோ ஆலோசகரோ இவருக்கு இவர் சம்பந்தப்பட்ட மற்ற விஷயங்களையும் கவனித்து அதற்கு தகுந்தாற் போல ஆலோசனை வழங்க கூடும்.

என்னுடைய வாழ்த்துக்களும் புரிதலும் திரு வி அவர்களுக்கு.

முரளி சேகர்.

***

படைப்புமுகமும் பாலியல்முகமும் – கடிதங்கள்

அன்புள்ள ஜெ அவர்களுக்கு

நலமாக இருக்கிறீர்கள் அல்லவா? நேற்று உங்கள் தளத்தில் எஸ் என்ற இளைஞர் எழுதிய கடிதத்தை வாசித்தேன். என்ன ஒரு நடை. மொழிக்கூர்மை, புனைவுணர்வுள்ள கூறுமுறை, கச்சிதமான ஒழுக்கில் ஒன்றின்பின் ஒன்றென விழுந்த சொற்றொடர்கள், அனைத்துக்கும் மேலாக அக்கடிதம் வழியாக தெள்ளத்தெளிவாக கூடி வந்த தனி ஆளுமை. ஒரு புனைவெழுத்தாளருக்குறியதென இருந்தது.

'இலக்கியம் எனக்கு வாழ்வதற்கான நம்பிக்கையை கொடுக்க வில்லை, வாழ்வதற்கான ஆசைய கொடுத்தது,' என்கிறார். இலக்கியத்துக்கும் வாழ்க்கைக்குமான உறவை பற்றிய எவ்வளவு கூர்மையான கண்டடைதல். இதனை நானும் உணர்ந்திருக்கிறேன். வாழ நம்பிக்கை வேண்டும் என்று மதக்கொள்கையர்களும் சுயமுன்னேற்ற உபதேசிகளும் வேண்டுமென்றால் சொல்லலாம். ஆனால் கனவுதின்னிகளுக்கு வாழ ஆசை இருந்தால் போதும். வாழ்வின் மீதும் உயிரின் மீதும் சிதறித்தெறித்த இப்பிரபஞ்ச வடிவங்கள் அனைத்தின் மீதுமான ஆசை.

பெரிய ஆகிருதி கொண்ட படைப்பாளுமைகளை பற்றி சமீபத்தில் ஒரு சிந்தனை தோன்றியது. அவர்களின் ஆக்கங்களை முட்டுக்கொடுத்து நிறுத்துவது அடிப்படையில் அவர்களுடைய அக ஆற்றல். அதனை உயிராற்றலின் ஒரு வடிவம் என்று சொல்லலாம். புனைவு ஒரு பொய். ஒரு கட்டமைப்பு. பொய்யை, உண்மை, இது உண்மை, இது மட்டுமே உண்மை என்று

வாசகனே சாட்சி சொல்லும்படி சாதித்து நிறுவ எழுத்தாளருக்கு ஓர் அடாவடித்தனம் வேண்டும். ஒரு வலிமை. அது அவர் மொழியில் மொழிவழியே விளங்கும் ஆளுமையில் தெரிந்தது.

பெரும்படைப்பாளிகள் பலர் சுயபால் நாட்டம் கொண்டவர்களாக இருந்துள்ளனர் என்பதையும் காண்கிறோம். தாமஸ் மன், சாமர்செட் மாம் நினைவுக்கு வருகிறார்கள். குறிப்பாக பெண் எழுத்தாளர்களில் சுயபால், அல்லது இருபால் நாட்டம் கொண்டவர்கள் மிகுதி, கிரேக்க கவிஞர் சாஃபோ முதல் ஜார்ஜ் சாண்ட் வழியாக சில்வியா பிளாத் வரை. இவ்வாளுமைகளின் இந்த அம்சத்துக்கும் அவர்களுடைய படைப்பூக்கத்துமான தொடர்பை பற்றி சிந்தித்துப்பார்த்திருக்கிறேன்.

சுதந்திரமான, தேடல்களுடைய படைப்பிலக்கியவாதி என்றுமே பொதுச்சமூகத்துக்கு ஓர் எட்டு வெளியே தான் நிற்கிறார். எப்படியோ புறத்தவராக வாழ்கிறார். பொதுசமூகத்துக்குள் தன்னை கரைத்துக்கொள்ள முடியாதவராக இருக்கிறார். ஆனால் அதுவே கற்பனையுடனும் அறவுணர்வுடனும் எழுத சாதகமான அம்சமாக இருக்கலாமோ என்று இப்போது தோன்றுகிறது.

அந்த அழுத்தமே அவர்களை கனவும் கற்பனையும் நாடுபவர்களாக ஆக்குகிறது. தான் வலியும் தனிமையும் அறிந்ததால் பிறத்தியாரின் வலியையும் தனிமையையும் உணரும் நுண்ணுணர்வை அளிக்கிறது. தனிமைபடுத்தப்பட்டவர்களுடன் ஒன்ற வைக்கிறது. நானும் நீயே என்று உணர்ந்து அவர்களை ஓடிச்சென்று அணைக்கிறது. பொதுப்போக்குகளிலிருந்து விலகல் உணர்வை அளிக்கிறது. தன்னையே நோக்கிக்கொள்ளுதலில் கிடைக்கும் விடுதலையை உணரவைக்கிறது. எழுதி எழுதி எல்லாவற்றையும் புரிந்துகொள்வதற்கான வழியை திறக்கிறது. அதில் வானளவு சுதந்திரம் உள்ளது. ஆம், பெரும்படைப்பாளிகள் தங்கள் தனிப்பட்ட வலிகளை மூலதனமாக்கித்தான் எழுது கிறார்கள். ஆனால் தங்கள் எழுத்தின் மூலமாக இந்த இடுங்கிய பொந்திலிருந்து வான்விரிவைத் துளியெனக் காணும் ஒரு சாளரத்தை கண்டடைகிறார்கள். அவர்கள் அதையே நமக்கு விட்டுச்செல்கிறார்கள். எவ்வளவு பெரிய கனிவு அது.

இந்த எண்ணம் இன்று இப்போது அளிக்கும் உன்னதமும் மனவெழுச்சியும் சாதாரணமானதல்ல.

எஸ் தன் கடிதத்தின் உள்ளடக்கத்தில் ஆழமான புண்களை, நிராகரிப்புகளை வலிகளை சொல்லியிருந்தார். ஆனால் அவர் எழுத்தில் புனைவெழுத்தாளரின் நேர்த்தியும் கலைஞனின் உணர்வுண்மையுமே மேலோங்கி வெளிப்படுகிறது. தர்க்கமனத்தை மீறி அது தான் பாதித்தது. என்றாவது ஒரு நாள் அவருடைய ஆக்கங்களை படித்து வாசகர் கடிதம் போடுவேன் என்று நினைத்துகொண்டேன். அதனை அவரிடம் சொல்ல வேண்டுமென தோன்றியது.

சுசித்ரா

*

அன்புள்ள ஜெ,

இக்கடிதமும் அதற்கான தங்களது மறுவினையும் எனது இந்தக் காலையை அழகாக்கியது. எனக்கு வலிப்பு பிரச்னை இருந்தது. அது மரபு ரீதியில் வந்த பிரச்னை. எனது பதினாறாவது வயதில் முதன்முறையாக வலிப்பு வந்தது. நான் நினைவை இழந்து மயக்க நிலைக்குச் சென்று விட்டேன். மீண்டு எழுந்த போது என் குடும்பத்தாரின் முகத்தில் தெரிந்த பதற்றம், பரிதவிப்பு எல்லாம் என்னைக் குழப்பியது. வலிப்பு வருவதற்கு சில மணி நேரங்கள் முன்பு வரை நடந்த எதுவும் நினைவில் இல்லை. ஒரு யுகத்தையே தூங்கிக் கழித்தவன் விழித்து எழுந்தது போல் உணர்ந்தேன். எல்லாமே புதிதாகத் தெரிந்தது. அதன் பிறகு மாதத்துக்கு இரண்டு முறையேனும் வலிப்பு வந்து விடும். வலிப்பு வருவதற்கு முன்னால் சில காட்சிகள் என்னுள் விரியும். தொடர்ச்சியாக ஒவ்வொரு முறை வலிப்பு வரும்போதும் அதே காட்சி எனக்குள் ஓடும். அது பெரும் அச்சத்தைக் கொடுக்கும். அப்படியே படுத்து விடுவேன். கை, கால் சிராய்ப்பு மற்றும் தரையில் மோதிய காயங்களோடு சில நாட்களைக் கடத்த வேண்டி வரும். வாழ்தல் மீதான பெருங்கனவுகள் எல்லாம் தகர்ந்து போகும். எதிலுமே பற்றுகொள்ள முடியாத நிலைக்கு ஆட்பட்டேன்.

மருத்துவர்களோ சைக்கிள் ஓட்டக்கூடாது, வண்டி ஓட்டக் கூடாது என கூடாதவைகளின் பட்டியலை நீட்டி முழக்கினர். எங்கள் ஊரில் மத்தாளக்கொம்பு எனும் நீரூற்று இருக்கிறது. ஸ்படிகத் தூய்மையுடன் இருக்கும் அந்த நீரூற்றில்தான் நான் நீச்சல் பயின்றேன். என் பள்ளிக்காலக் கொண்டாட்டம் அந்நீரூற்றுதான். ஆனால் இப்பிரச்னைக்குப் பிறகு நான் அந்நீரூற்றில் குளிக்கச் செல்வதை என் பெற்றோர் விரும்ப வில்லை. தொட்டதெற்கெல்லாம் எனக்கு இப்படியாகி விடுமோ என்கிற அவர்களின் பதற்றம் பாசமாக இருந்தாலும், என்னை மேலும் அச்சம் கொள்ளவும், பற்றற்றுப் போகவும் செய்தது.

பள்ளிக்காலத்திலேயே நகைச்சுவைத் துணுக்குகள் எழுதி வந்தேன். எனது 16வது வயதிலேயே ஒரு நாளிதழில் எங்கள் ஊரின் பகுதி நேர நிருபராய் இணைந்தேன். என்னுடன் பயின்ற மாணவர்கள் எல்லாம் 11ம் வகுப்பு படிக்க பள்ளிக்கூடத்துக்குப் போய்க் கொண்டிருந்த போது, நான் செய்தி சேகரிக்க காவல் நிலையத்துக்குச் சென்று கொண்டிருந்தேன். போக, சில வார இதழ்களுக்கு ஃப்ரீலான்சராக செய்திக்கட்டுரைகள் எழுதிக் கொண்டிருந்தேன். நகைச்சுவைத் துணுக்குகள் எழுதி விட்டு அது பிரசுரமாகுமா? என்று ஒவ்வொரு வாரமும் ஆவலோடு இதழைப் புரட்டிக் கொண்டிருப்பேன். அதே இதழில் இரண்டு அல்லது மூன்று பக்கத்துக்கு எனது கட்டுரை பிரசுரமாவதை நினைக்கையில் உள்ளூர பூரிக்கும். ஆனால் அது நிரந்தரமாக இருக்காது. எல்லாமே நன்றாக அமைந்து விட்டது என்கிற நம்பிக்கை எனக்குள் முளைக்கும் போதெல்லாம் வலிப்பு பிரச்னை பற்றிய எண்ணம் எல்லாவற்றையும் சிதறடித்து விடும்.

ஒரு கட்டத்தில், பத்திரிக்கையாளனாகி என்ன செய்யப் போகிறோம்? இதைப் பற்றி பேசி என்ன ஆகப்போகிறது? என்று எதன் மீதும் பற்றில்லாமல், அவ நம்பிக்கையுடன் திரிந்தேன். பெங்களூர் நிமான்ஸ் மருத்துவமனைக்குச் சென்று சிகிச்சை எடுத்த பின் அப்பிரச்னையிலிருந்து கொஞ்சம் விடுபட்டேன். வாழ்வின் மீது பெரும் பற்று உருவானது. எல்லாவற்றையும் புரட்டிப் போட்டு விடும் உத்வேகம் வந்தது. அடுத்து பகுதி

நிருபராக இருந்த நான் சென்னைக்கு வந்து பல்வேறு ஊடகங்களில் பணியாற்றினேன்.

நோயை நாம் பதற்றத்துடன் எதிர்கொள்வதை விட அதன் தன்மை மற்றும் காரணிகளைத் தெரிந்து கொண்டு அதை அறிவியல்பூர்வமாக அணுக வேண்டும். உடலின் இயக்கம், உடலின் ஒவ்வொரு உறுப்புகளுக்குமிடையே உள்ள தொடர்பு, உடலுக்குக்கும் உளவியலுக்குமான பிணைப்பு, புறத்துக்கும் அகத்துக்குமான உறவு என பலவற்றை வாசிப்பின் வழியாகவும், நண்பர்களுடனான உரையாடலின் வாயிலாகவும் தெரிந்து கொள்ள முடிந்தது. எனது பிரச்னையை நான் ஓர் அந்நியனாக இருந்து பார்க்கக் கற்றுக் கொண்டேன். எனது இப்பிரச்னை மரபு ரீதியில் வந்தது என்பதை அதன் பிறகுதான் கண்டறிந்தேன். மன ரீதியில் நாம் உறுதியோடு இருப்பதும், நமது உடலுக்கு ஏற்றது/ ஏற்காததை அறிந்து அதைக் கடைபிடிக்கச் செய்வதுமே நலமான வாழ்க்கைக்கான வழி. மனதளவில் மட்டும் உறுதியாக இருந்து கொண்டு தனக்கு ஒன்றும் ஆகாது என உடலை வருத்துவது முட்டாள்தனம். அதே போன்று தொட்டதற்கெல்லாம் எனக்கு இது வந்து விடுமோ? அது வந்து விடுமோ? என்று பதற்றம் கொள்வது பெரிதினும் பெரிய மடத்தனம். உடல், மனம் இரண்டையும் சீராக வைத்துக் கொள்வதுதான் அவசியம் என்பதை வாசிப்பின் வழியே கண்டுணர்ந்தேன்.

இருந்தும் வலிப்பு வருவதற்கு முன் என்னுள் விரியும் காட்சிகளைப் பற்றிய கேள்வி இருந்து கொண்டே இருந்தது. அந்தக் காட்சிகளை என்னால் நினைவு கூரவே முடியவில்லை. ஏதோ ஒன்று என்னை வா என்று அழைப்பது போல இருக்கும். சரியாகத் தெரியவில்லை. ஆனால் இப்படியான காட்சிகள் நான் கடந்து வந்த சம்பவங்களில் ஒன்றா? அல்லது என் கற்பனையில் உருவாக்கப்பட்டதா? என்பது பற்றிய கேள்விகளுடன் இருந்தேன். சில மாதங்களுக்கு முன் நரம்பியல் வல்லுநரான டாக்டர் ஆலிவர் சாக்ஸின் 'தனது மனைவியைத் தொப்பியாக நினைத்துக் கொண்ட மனிதர்' நூலை வாசித்தேன். அவர் ஒவ்வொருவருக்குள்ளும் ஒரு கதையாடல் இருப்பதாகக் கூறுகிறார். நவீன அறிவியல் மனித உடலை பௌதீக உறுப்பாகப்

பார்க்கிறது. அதன்படி ஒரு பிரச்னைக்கு அனைவருக்கும் ஒரே விதமான சிகிச்சையை அளிக்கிறது. ஆனால் ஒவ்வொருவரும் கதையாடல்கள் வழியே வேறுபட்டவர்கள். ஆகவே அக்கதையாடல் வழியாகத்தான் அவர்களை அணுக வேண்டும் என்று சொல்லியிருந்தார். அவ்வாசிப்பு எனக்குள் பல திறப்புகளை உண்டாக்கின.

வாசிப்பின் வழியே நமது துயருக்கான தர்க்கப்பூர்வமான விளக்கத்தைத் தேடித் தெளிவடையவும், எழுத்தின் வழியே அத்துயரின் நினைவுகளிலிருந்து நம்மை விடுவித்துக் கொள்ளவும் முடியும் என்பதை நான் ஆழமாக நம்புகிறேன்.

கி.ச.திலீபன்

***

பாலியல் முகம் –கடிதம்

அன்புள்ள ஜெ,

இக்கடிதத்தை எழுதுவதற்காக ஈமெயிலை திறந்தபோதுதான் உணர்ந்தேன் கடந்த ஆண்டு மார்ச் 2ல் தான் தங்களுக்கு முதல் கடிதம் எழுதியிருக்கிறேன். இந்த ஓராண்டில் என் வாழ்வில் பல மாற்றங்கள். எல்லாமே நினைத்துப் பார்த்திராதவை. திரும்பிப் பார்க்கையில், என்னை என்னால் ஏற்றுக்கொள்ள முடிந்திருக்கவில்லை என்று இப்போது படுகிறது. இப்போது அந்த குழப்பம் இல்லை. சில நெருங்கிய நண்பர்களிடம் தெரிவித்தும் விட்டேன். நான் பயந்தது போல் யாரும் என்னை வெறுக்கவுமில்லை ஒதுக்கவுமில்லை. இன்று யோசித்தால், 'ச்சே இதுக்கா இப்பிடி' என்றுதான் இருக்கிறது.

கடந்த ஏழு ஆண்டுகளாய் நகர்புறத்தில்தான் வசித்து வருகிறேன் (கல்வியால் விளைந்த நலன்). நான் பிறந்த ஊருக்கு இப்போ அந்நியனாகிவிட்டேன். இப்போதெல்லாம் வீட்டுக்குக்கூட விருந்தாளி விஜயம்தான். இன்னும் படித்துக்கொண்டிருப்பதால் வீட்டில் திருமணம் பற்றிய பேச்சில்லை. மேற்படிப்புக்கு திட்டமிருப்பதால் இன்னும் ஆறேழு ஆண்டுகளுக்கு தப்பிக்கலாம். இத்தனைநாள் என் கிராமத்து வாழ்க்கைதான் என்னை பயமுறுத்தியிருக்கிறது என்று நினைக்கிறேன். நகர்புறத்தில் குறிப்பாக உயர்கல்வி நிலையங்களில் பாராட்டத்தக்க அளவில் இல்லாவிடினும் ஓரளவேனும் விழிப்புணர்வு இருக்கிறது. பால்புதுமை சார்ந்த விசயங்களைக் கொஞ்சமேனும் வெளிப்படையாகப் பேசுகிறார்கள். கிராமங்கள் இன்னும் நிலவுடைமைக்கால

விழுமியங்களைக் கைவிடவில்லை என்று நினைக்கிறேன். *"What is village but a sink of local-ism, a den of ignorance, narrow mindedness, and communal-ism"* என்ற அம்பேத்கரின் வரிதான் நினைவுக்கு வருகிறது.

சில சமயம் நினைத்துப் பார்ப்பதுண்டு – என் அப்பாவின் காலத்திலோ அதற்கு முந்தைய தலைமுறையிலோ பிறந்திருந்தால் என் நிலைமை என்னவாகியிருக்குமென்று. இன்று பேசித் தெளிந்துகொள்ள முடியாவிட்டாலும் எல்லாவற்றிற்கும் இணையம் இருக்கிறது. அனைத்திற்கும் மேலாக என்னதான் இந்த மேற்கத்தியக் கல்வியில் குறையிருப்பினும் இது ஒருவருக்கு விடுதலையளிக்கிறது. இன்னும் ஏதோவொரு கிராமத்து ஏழைக் குடும்பத்து ஜீவன் தன் பாலியல் அடையாளத்தை உணர முடியாமல் புழுங்கிக்கொண்டுதானிருக்கும்.

என் கடிதம் தங்கள் தளத்தில் பிரசுரமானதும் தங்கள் வாசக நண்பர் சிலர் கடிதம் எழுதியிருந்தனர். அவற்றுள் ஒன்று கடலூர் சீனு எழுதியது. சீனு 'மறைக்கப்பட்ட பக்கங்கள்' எனும் புத்தகத்தை வாசிக்கப் பரிந்துரைத்திருந்தார். சமீபத்தில்தான் ஏதோ ஞாபகம் வந்தவனாய் அப்புத்தகத்தை வாங்கி வாசித்தேன். இப்புத்தகத்தை வாசித்துக்கொண்டிருந்த சமயத்தில்தான் ஒரு கல்லூரியில் சமூகவியல் முனைவர் பட்டபடிப்புக்கு விண்ணப்பம் நிரப்பிக்கொண்டிருந்தேன். விண்ணப்பத்தில் 'சமூகத்தின் கூட்டு நினைவு' பற்றி ஆய்வு செய்யவிருப்பதாக எழுதப்போனவன் இப்புத்தகம் தந்த உந்துதலில் இந்தியாவின் LGBTQIA+ குறித்து முனைவர் பட்ட ஆய்வுசெய்ய விரும்புவதாக எழுதினேன். வேறுசில காரணங்களால் விண்ணப்பம் நிராகரிக்கப்பட்டுவிட்டது. இவ்வாண்டு அயல்நாட்டில் மானுடவியலிலோ சமூகவியலிலோ முனைவர் பட்டத்திற்கு விண்ணப்பிக்க எண்ணிக் கொண்டிருக்கிறேன். தங்கள் ஆசி உடனிருக்கட்டும்.

என் சமூகவியல் (மானுடவியல்) ஆசைக்கு தாங்களும் ஒரு காரணம். இப்புத்தகம் பாலியல் சிறுபான்மையினர் குறித்து எழுதப்பட்ட சிறந்த புத்தகம் என்று சொல்லமாட்டேன். ஆனால் மிக முக்கியமான புத்தகம். வாசித்தவுடன் கோபி ஷங்கருக்குக்

கடிதம் எழுதினேன். கடிதத்தைப் பார்த்ததும் அவரே மொபைல் வழியே தொடர்புகொண்டார். அவரைப்பற்றியும் அவர் நடத்திவரும் 'சிருஷ்டி' என்ற தன்னார்வ அமைப்பு பற்றியும் அவர் ஆற்றிவரும் களப்பணி பற்றியும் பேசிக்கொண்டிருந்தோம். கிட்டத்தட்ட இரண்டுமணிநேரம் பேசினோம். அவரின் களப்பணிகளைப்பற்றி கேட்டதும் மலைத்துதான் போனேன். அத்தனை நிதானத்துடன் அவ்வளவு நம்பிக்கையுடன் பேசினார். செய்ய வேண்டியது நிறைய இருக்கிறது என்று எனக்கு நானே சொல்லிக்கொண்டேன். அவருக்கு தமிழ் தாய்மொழியன்று. இப்புத்தகத்தை இன்னும் சிறப்பாக எழுதியிருக்கலாம் என்றார். ஆங்கிலத்தில் இதைவிட சிறப்பாக இன்னுமொரு புத்தகம் எழுத திட்டமிருப்பதாகச் சொன்னார். மதுரைக்கு வந்தால் அவரை நிச்சயம் சந்திப்பதாகச் சொன்னேன்.

இப்புத்தகத்தை வாசிக்கப் பரிந்துரைத்த கடலூர் சீனுவுக்கு நன்றிகள் பல.

நாளும் தங்கள் நலம்விரும்பும்

எஸ்

*

அன்புள்ள எஸ்,

வாழ்த்துக்கள். கல்வி ஒரு பெரிய ஆற்றல். ஒரு மின்படை நம் கையில் இருப்பதுபோல. நம்மை அது முற்றிலும் பிறிதொருவராக ஆக்குகிறது. தன்னம்பிக்கை கொள்ளச் செய்கிறது. அதைவிட நம் வாழ்க்கைக்கு பொருளை உருவாக்கி அளிக்கிறது.

வெல்க.

***